வாக்குமூலம்

சத்யராஜ்

தொகுப்பு: தமிழ்மகன்

விலை : ரூ.100/-

பதிப்பக வெளியீடு 42

வாக்குமூலம் / தொகுப்பு நூல்

ஆசிரியர் : தமிழ்மகன் ©
முதல் பதிப்பு : 1996
இரண்டாம் பதிப்பு : 2021
வெளியீடு : மின்னங்காடி பதிப்பகம்
24, அண்ணா 3-வது குறுக்குத் தெரு,
அவ்வை நகர், பாடி, சென்னை - 50.

Rs.100/-

Vakkumoolam

Author : Tamilmagan ©
First Edition : 1996
2nd Edition : 2021
Published by : Minnangadi Publications
24, Anna 3rd Cross Street,
Avvai Nagar, Padi, Chennai - 50
writertamilmagan@gmail.com
www.minnangadi.com

ISBN : 978-93-92973-16-1

ஆசிரியர் குறிப்பு

தமிழ்மகன் குறிப்புகள்

பிறப்பு, படிப்பு, பணி:

- தமிழ்மகன் என்கிற பா.வெங்கடேசன் சென்னையில் 1964இல் பிறந்தவர்.
- படிப்பு; B.Sc., M.A. மாநிலக் கல்லூரி, சென்னைப் பல்கலைக்கழகம்.
- 1989 தொடங்கி போலீஸ் செய்தி, தமிழன் நாளிதழ், வண்ணத்திரை, தினமணி, குமுதம், குங்குமம், ஆனந்த விகடன் இதழ்களில் 2019 வரை பணியாற்றியவர்.
- மாநிலக் கல்லூரியில் படித்தபோது 'பூமிக்குப் புரியவைப்போம்', 'ஆறறிவு மரங்கள்' என இரண்டு கவிதைத் தொகுதிகள் வெளியாகின.
- இளைஞர் ஆண்டையொட்டி, 1984இல் டி.வி.எஸ். நிறுவனமும் இதயம் பேசுகிறது இதழும் இணைந்து நடத்திய போட்டியில் இவரது வெள்ளை நிறத்தில் ஒரு காதல் புதினம் முதல் பரிசு பெற்றது. இதயம் பேகிறது இதழில் தொடராக வெளியானது. அரசியல் விமர்சகர் சின்னக்குத்தூசி தேர்வு செய்தார். இதுவும் கல்லூரி படிக்கும்போதே நிகழ்ந்தது. பேராசிரியர்கள் இரா.இளவரசு, கவிஞர் மு.மேத்தா, பொன். செல்வகணபதி, இ.மறைமலை, பி.சிவகுமார் போன்றோர் ஆசிரியர்களாக – வழிகாட்டிகளாக- அமைந்தனர்.

விருதுகள்

- 1984-ல் இதயம் பேசுகிறது - டி.வி.எஸ் நிறுவனம் நடத்திய போட்டியில் வெள்ளை நிறத்தில் ஒரு காதல் நாவலுக்கு விருது.
- மொத்தத்தில் சுமாரான வாரம் குறுநாவல் தி.ஜானகிராமன் நினைவு போட்டியில் தேர்வு செய்யப்பட்டது. 1986-ல் தேர்வு செய்தவர் எழுத்தாளர் அசோகமித்திரன்.
- இவர் எழுதிய மானுடப் பண்ணை நாவல் 1996இல் தமிழக அரசின் விருது பெற்றது.
- எட்டாயிரம் தலைமுறை சிறுகதைத் தொகுப்பு 2008-ம் ஆண்டுக்கான தமிழக அரசின் விருது பெற்றது.

- எழுத்தாளர் சுஜாதா நினைவு அறிவியல் புனைகதை விருது (2008).
- வெட்டுப்புலி நாவல் (2009) கோவை ரங்கம்மாள் நினைவு விருது, ஜெயந்தன் அறக்கட்டளை விருது பெற்றது.
- ஆண்பால் பெண்பால் நாவலுக்கு (2011) விகடன் விருதும் ஜி.எஸ். மணி நினைவு விருதும் கிடைத்துள்ளன.
- வனசாட்சி நாவல் (2012) சுஜாதா அறக்கட்டளை விருது, மலைச்சொல் விருதுகள், அமுதன் அடிகள் விருது ஆகியன பெற்றது.
- வேங்கை நங்கூரத்தின் ஜீன் குறிப்புகள் நாவலுக்கு கனடா இலக்கியத் தோட்ட புனைவு இலைக்கிய விருது (2017) பெற்றார்.
- படைவீடு நாவல் (2021) வென்றுமண்கொண்டார் விருது, சௌமா விருது, வள்ளுவப் பண்பாட்டு விருது, உலகத் தமிழ்ப் பண்பாட்டு மையம் விருது, மலேசிய நாட்டின் டான் ஸ்ரீ சோமா இலக்கிய அறவாரிய விருது ஆகியன பெற்றது.
- திராவிடர் கழகத்தின் பெரியார் விருது (2014), விஜய் டி.வி நீயா? நானா? வழங்கிய இலக்கிய விருது (2016) உள்ளிட்ட பல விருதுகள் பெற்றவர்.
- தென்னிந்தியப் புத்தகக் கண்காட்சியின் 2024-ஆம் ஆண்டுடின் சிறந்த நாவலுக்கான கலைஞர் பொற்கிழி விருது பெற்றவர்.

எழுதிய நூல்கள்

- பூமிக்குப் புரியவைப்போம், ஆறறிவு மரங்கள் இரண்டும் கவிதைத் தொகுப்புகள்.
- வெள்ளை நிறத்தில் ஒரு காதல் (1984), மானுடப் பண்ணை நாவல் (1996), சொல்லித் தந்த பூமி (1997), ஏவி. எம். ஸ்டூடியோ ஏழாவது தளம் (2007), வெட்டுப்புலி (2009),ஆண்பால் பெண்பால் (2011), வனசாட்சி (2012), ஆபரேஷன் நோவா (2014), தாரகை (2016), நான் ரம்யாவாக இருக்கிறேன் (2018), படைவீடு (2020), பிரம்மராட்சஷ் (2021), ஞாலம் (2024) ஆகியவை இவரது நாவல்கள்.
- எட்டாயிரம் தலைமுறை (2008), சாலை ஓரத்திலே வேலையற்றதுகள் (2006), மீன்மலர் (2008), அமரர் சுஜாதா (2013), மஞ்சு அக்காவின் மூன்று முகங்கள் (2014) இவரது சிறுகதைத் தொகுப்புகள்.
- இவருடைய நூலகள் பலவும் முனைவர் பட்டத்துக்கும் ஆய்வு பட்டயங்களுக்கும் எடுத்தாளப்பட்டுள்ளன. கல்லூரிகளில் பாடமாக

வைக்கப்பட்டுள்ளன.

- திரைப் பிரமுகர்கள் பற்றிய அரிய செய்திகளைச் சொல்லும் செல்லுலாயிட் சித்திரங்கள் (திரை) (2009), நூற்றாண்டு கண்ட தமிழ்ச் சிறுகதைகளை அறிமுகப்படுத்தும் தமிழ்ச் சிறுகதைக் களஞ்சியம் - (2013) ஆகிய கட்டுரைத் தொகுப்புகளும் இவர் படைப்புகள். சென்னையின் வரலாற்றை மெட்ராஸ் நல்ல மெட்ராஸ் (2016) என்ற பெயரில் எழுதியிருக்கிறார். விகடன் இணைய இதழில் வெளிவந்து பெரும் வரவேற்பைப் பெற்றது. நடிகர் சத்யராஜ் அவர்களின் வாக்குமூலம் என்ற தொடர் கட்டுரை உண்மை இதழில் வெளி வந்தது. அதை ஒவ்வொரு இதழுக்கும் அவர் சொல்லச் சொல்லக் கேட்டு எழுதினார். அது நூலாக வெளி வந்துள்ளது.

- ஆனந்த விகடனில் வெளியான ஆபரேஷன் நோவா (2014), ஜூனியர் விகடனில் வெளியான 'நான் ரம்யாவாக இருக்கிறேன்' (2018) ஆகிய அறிவியல் புனைகதைகள் பெரும் வாசக வரவேற்பைப் பெற்றன. திரையுலகைப் பின்னணியாகக் கொண்டு தாரகை என்ற நாவலை எழுதியுள்ளார்.

திரைத்துறை பணிகள்

- உள்ளக்கடத்தல், ரசிகர் மன்றம், பீட்ஸா மம்மி -3, கொற்றவை உள்ளிட்ட திரைப்படங்களுக்கு வசனம் எழுதியுள்ளார். நான் ரம்யாவாக இருக்கிறேன், ஆபரேஷன் நோவா நாவல்கள் சினிமாவுக்காக ஒப்பந்தமாகிள்ளன.

குடும்பம்

தந்தை க.பாலகிருஷ்ணன் - தாய் பார்வதி. மனைவி திலகவதி.

மகன் மாக்ஸிம் - மருமகள் த.சந்தியா. பேத்தி அகல்விழி.

மகள் அஞ்சலி - மருமகன் ஸ்ரீதர். பேரன்கள் அதியமான், அகிலன்.

தொடர்புக்கு:
writertamilmagan@gmail.com
7824049160

வாக்குமூலம் அளிக்க என்ன காரணம்?

தமிழ், தமிழர்கள் குறித்து ‘உண்மை’ இதழுக்கு நான் அளித்த வாக்கு மூலங்கள் இவை.

இந்த வாக்கு மூலத்திற்கு என்ன காரணம் என்று நினைக்கலாம். சென்ற தலைமுறையில் திரைப்படங்களில் சமூக கருத்துக்களைச் சொல்ல முடிந்தது. நகைச்சுவைக் காட்சிகளில் என்.எஸ். கிருஷ்ணன் சமூக பிரசாரம் செய்தார். காதல் காட்சிகளிலும், டூயட் பாடல்களிலும் கூட.. எம்.ஜி.ஆர். பிரசாரம் செய்யத் தவறியதில்லை. அறிஞர் அண்ணா , கலைஞர் போன்றவர்கள் வசனங்கள் மூலம் விழிப்புணர்வு ஏற்படுத்தினர்.

ராஜ காலத்துக் கதையில்

- **‘உழைப்பதிலா உழைப்பைப் பெறுவதிலா இன்பம்
உண்டாவதெங்கே சொல் என் தோழா’**

என்று பாடல் எழுதினார்கள்.

- **“அரசனையே எதிர்க்கத் துணிந்து
விட்டார்களா மக்கள்?”**

என்ற கேள்விக்கு,

- **“அரசன் என்ன ஆண்டவனையே
எதிர்க்கத் துணிந்து விட்டார்கள்”**

என்று பதில் அளிப்பதாக வசனம் எழுத முடிந்தது.

ஆனால், இன்றைய சினிமா சூழல் அப்படியில்லை. என்னை வெளிப்படுத்துவதற்கு இந்த வாக்குமூலத்தை ஒரு வாய்ப்பாகப் பயன்படுத்திக் கொண்டேன்.

படப்பிடிப்பு அவசரங்களில் - பரபரப்பில் கூறியவை இவை. கொஞ்சம் அவகாசம் எடுத்து மேலும் சிறப்பாக ‘வாக்குமூலம்’ கொடுத்திருக்கலாமோ என்று தோன்றினாலும், அதற்காக மேலும் மேலும் தள்ளிப்போடாமல் என் எண்ணப் பதிவுகளைப் புத்தகமாகக் கொண்டு வந்ததில் மகிழ்ச்சி. நான் சொல்லச் சொல்ல சிறப்புடன் கோவையுடன் எழுதிய தோழர் தமிழ்மகனுக்கும் சிறப்புடன் வெளியிட்ட தோழர் விடுதலை ராஜேந்திரனுக்கும் நன்றி.

அக்டோபர்’ 1996 **– சத்யராஜ்**

நான் பெரியார் வழியில் நிற்கும் ஒரு பகுத்தறிவாளன்; அந்த சிந்தனையை முழுமையாக ஏற்றுக் கொண்டவன் ; நம்மைச் சுற்றி நடக்கும் நிகழ்வுகளை நான் அந்தக் கண்ணோட்டத்திலே பார்க்கும் போது - வேதனைதான்! அந்த உள்ளக் குமுறல்களை உங்களோடு மனம் திறந்து பகிர்ந்து கொள்வதே இந்தப் புத்தகம்.

இந்த வாக்குமூலம் தொடரில், சமுகப் பிரச்சினைகளை எனக்கிருக்கும் அனுபவங்களை அறிவார்ந்த 'உண்மை' வாசகர்களாகிய உங்களிடம் வைத்து அலச விரும்புகிறேன்.

இந்த நூலுக்கு 'வாக்கு மூலம்' என்று பெயரிட்டிருப்பதற்குக் காரணம், நான் எடுத்துக் கொள்ளும் பிரச்சினைகளும், அதற்கான தீர்வுகளும் என் சொந்த அபிப்ராயங்கள் என்பதற்காகவே. இதில் திருத்தங்களும், மாற்றங்களும் இருப்பதற்கு நிறைய சாத்தியக்கூறுகள் உண்டு. எனினும், இங்கு சொல்லப் பட இருக்கும் கருத்துகள் என் பகுத்தறிவுக்கு உடன்பாடானவை.

1990-களின் தொடக்கத்தில் தோழர் விடுதலை ராஜேந்திரன் உண்மை இதழில் என்னைத் தொடர்ந்து எழுத வைத்தார். ஆல்பா என்ற அறிவியல் காமிக்ஸ், கடவுள் II என்ற அறிவியல் புனைகதை எல்லாம் அப்போது வெளியானவை. நடிகர் திரு.சத்யராஜ் அவர்களைச் சந்தித்து சமூக சிந்தனைகளைக் கேட்டு எழுதுமாறு சொன்னார். சத்யராஜ் அவர்கள் பல்வேறு சமூகக் கருத்துகளை மனப்பூர்வமாகப் பகிர்ந்துகொண்டார். பரபரப்பான கதாநாயகராக இருந்த அவர், எனக்குத் தொடர்ந்து நேரம் வழங்கினார். படப்பிடிப்பு இடைவேளைகளில் அவரைச் சந்தித்துப் பேசியவை இவை. பெரும் வரவேற்பு மிக்கத் தொடராக இருந்தது. தோழர் திரு.ராஜேந்திரன் அவர்களுக்கும் திரு.சத்யராஜ் அவர்களுக்கும் என் நன்றி.

- தமிழ்மகன்

1
கல்வி

திருவள்ளுவர் காலம் தொட்டு நிறைய பேர் கல்வியின் அவசியத்தைச் சொல்லிவந்திருக்கிறார்கள். வெட்ட வெட்டத்தான் ஊற்று சுரக்கும்; படிக்கப் படிக்கத்தான் அறிவு சுரக்கும் என்றும், கற்க கசடற - அப்படி கசடற படித்தபின் அதற்கேற்ப வாழுங்கள் என்றும் இன்னும் பலவாறும் சொல்லியிருக்கிறார் வள்ளுவர். மிகச் சரி!

ஆனால் எதைப்படிப்பது என்பதுதான் நமது பிரச்சினை; அறிவை வளர்ப்பதற்கும் வாழ்வியலுக்கும் பயன்படும் நூல்களைவிட அறியாமையை வளர்ப்பதற்கும் பால் உணர்வுகளுக்கு தீனிபோடுவதற்கும் அஞ்ஞானத்தை விஞ்ஞானமாக்கி பிரசாரம் செய்வதற்கும்தான் ஏராளமான நூல்கள் மலிந்து போய்க் கிடக்கின்றன.

இன்றைய சூழலில் ஒரு சில புத்தகங்களைப் படிப்பதனாலேயே முட்டாளாகிவிட வேண்டிய அவல நிலையில் நாம் இருக்கிறோம்.

ஒரு உதாரணம் சொல்லுகிறேன். 'கிரகங்கள் தோன்றிய வரலாறு' என்று ஒரு நூலும் 'சனி கிரகப்பலன்' என்று ஒரு நூலும் கடையில் கிடைக்கிறது. எந்த நூலைப்படித்தால் அறிவு ஊற்றெடுக்கும்; எந்த நூலைப் படித்தால் இருக்கிற அறிவும் போகும் என்பதை நான் விளக்கவேண்டியதில்லை.

'ஒரு பள்ளியில் அறிவியல் பாடத்தை நடத்தும் ஆசிரியர் - கிரகணம் எப்படி உண்டாகிறது என்று விஞ்ஞான ரீதியாக விளக்குகிறார்; அதே மாணவனுக்குப் பாடம் சொல்லித்தர வந்த தமிழாசிரியரோ சந்திரனை பாம்பு விழுங்குவதால்தான் கிரகணம் வருகிறது புராணத்தைக் கூறுகிறார்; உடனே அந்த மாணவன், யார் சொல்வது சரி என்று கேட்டான்! அதிர்ச்சி அடைந்த தமிழா சிரியர் - அறிவியல் பாடத்தில் கேள்விவந்தால் அவர் சொன்ன பதிவை எழுது; தமிழ்ப் பாடத்தில் கேள்வி வந்தால் நான் சொன்னதை எழுது என்றார்.' அறிஞர் அண்ணா கூறிய இந்தக் கதைதான் நமது பாடத் திட்டங்களைப் பற்றிக் கூறும்போது என் நினைவுக்கு வருகிறது!

ஆக, எதைப் படிப்பது? நம் கல்வி நிறுவனங்கள் எதைக் கற்பிக்கின்றன? இது வாழ்க்கைக்குத் தொடர்பில்லாத ஒரு கல்வியாகவே இருக்கிறது!

10ஆம் வகுப்புப் படித்த ஒரு மாணவனுக்கு அஞ்சலகம் சென்று மணியார்டர் படிவத்தைப் பூர்த்தி செய்வதிலே குழப்பம் இருக்கிறது.

வீட்டில் மின்சாரம் தடைபட்டு '*Fuse*' போய் விட்டால் அதற்கு '*Fuse Wire*' போடத் தெரியாத படித்த இளைஞர்கள் இன்னும் இருக்கிறார்கள், ரயில் நிலையத்துக்குச் சென்று முன்பதிவு செய்யத் தெரியாமல் தயங்குகிறவர்களும் உண்டு; ஏன் நமது கல்விமுறை இந்த அடிப்படைகளைக் கற்றுத் தருவதாக இருக்கக் கூடாது? நமது வீட்டு மாடிக்குத் தண்ணீரை அனுப்பும் மோட்டார் பம்ப்பில்' காற்று அடைத்துக் கொண்டால் அதை அகற்றுவது எப்படி என்பதை ஏன் தெரிந்து வைத்திருக்கக் கூடாது? -

நம் வீட்டு வானொலியும் தொலைக்காட்சிப் பெட்டியும் எந்த விஞ்ஞானத்தின் அடிப்படையில் இயங்கிக் கொண்டிருக்கின்றன என்ற அடிப்படை அறிவியலை எல்லோரும் ஏன் அறிந்திருக்கக் கூடாது? அறிவுக்குத் தொடர்பில்லாத பண்டிகைகளை நாம் விடாமல் கொண்டாடிக் கற்றுக் கொண்டிருக்கிறோமே தவிர, இந்த அறிவியல் மனப்பான்மையை நமது கல்வி முறை வளர்க்கவில்லையே!

போர் நடந்த வருடங்களையும், புரட்சி நடந்த வருடங்களையும் சரியாக மனப்பாடம் செய்து - பரீட்சை நேரத்தில் நினைவு வைத்து - எழுதுபவர்க்கு நல்ல மதிப்பெண் கொடுத்து கற்றவர்' என்று பட்டம் தரப்படுகிறது.

பிரஞ்சுப் புரட்சியோடும், பானிப்பட்டுப் போருடனும் இணைந்து வளர்ந்து கொண்டிருக்கும் சமுகத்தின் வரலாற்றையும் மனித இனத்தின் வளர்ச்சியையும் தெரிந்து கொள்வதுதான் சிறந்த கல்வியாக இருக்க முடியும். புள்ளி விவரங்களைத் தெரிந்து கொள்வதற்கு ஒரு 'ரெஃபரன்ஸ்' புத்தகம் போதுமே!

இன்னொரு முக்கியமான பிரச்சினை.... நம் நாட்டில் இருக்கிற மூன்று விதமான கல்வி முறை:

1. அரசுப் பள்ளி கல்வி முறை

2. கான்வென்ட் படிப்பு

3. மத்திய அரசு கல்வித் திட்டம்

ஜாதி ஏற்றத்தாழ்வுக்கு சற்றும் சளைத்ததில்லை இந்தக் கல்வி வேறுபாடு அரசுப் பள்ளிகளில் ஒருவன் ஆறாம் வகுப்பில் படிப்பவற்றை மத்திய அரசு கல்வித் திட்டத்தில் ஒருவன் எல். கே.ஜி. வகுப்பிலேயே படிக்கிறான்.

கல்லூரிக்கு வரும்போது, இத்தனை கல்வி முறையில் இருந்தும் வருகிறவர்கள் ஒரே களத்தில் போட்டி போடுகிறார்கள். இது அய்ந்து வயது சிறுவனையும், இருபத்தைந்து வயது இளைஞனையும் சண்டை போடவிட்டு யார் ஜெயிக்கப் போகிறார்கள் என்று கண்காணிக்கிற மாதிரி இல்லை? நம் நாட்டில் நிலவிவரும் வர்ணாசிரம முறை நமது கல்வியை மேலும் பாதிக்கிறது. காலம் காலமாக 'நீ படிக்கக் கூடாது. உனக்குப் படிப்பே வராது' என்று சொல்லப்பட்டு வந்தவனுக்கு திடீரென்று 'சரி பரவாயில்லை நீயும் படி' என்று திடீர் அனுமதி கொடுத்துவிடுவது மட்டும் போதுமா? என்பது யோசிக்கப்பட வேண்டிய விஷயம்.

என்னையே எடுத்துக் கொள்ளுங்கள். படத்தின் நடனக் காட்சி... ஒத்திகையின் போது பரவாயில்லை நன்றாக ஆடுகிறீர்கள் என்று கூறினால் அடுத்து இன்னும் சிறப்பாக நடனமாட நினைப்பேன். 'உனக்கெல்லாம் எதுக்குப்பா டான்ஸ்? உங்களுக்கெல்லாம் சுட்டுப் போட்டாலும் டான்ஸ் வராது' என்று ஒவ்வொரு முறையும் கூறினால் உளவியல் ரீதியாகவே 'நம்மாலெல்லாம் டான்ஸ் ஆட முடியாதோ?' என்று நானே காம்ப்ளக்ஸுக்கு ஆளாகி, நடனக் காட்சிகளில் நடிக்க விருப்பமில்லாமல் போவேன். ஆயிரமாயிரம் ஆண்டுகளாக உனக்கு 'எதுக்குப்பா படிப்பு - உனக்கெல்லாம் படிப்பு வராது' என்று சொல்லப்பட்டவருக்கும் அந்த உளவியல் ரீதியான நம்பிக்கை முதற்கண் ஊட்டப்பட வேண்டும். புதிதாக படிக்க வந்திருப்பவர்களுக்கு அப்படிப்பட்ட எந்த முயற்சிகளும் இதுவரைக்கும் எடுக்கப்படவில்லையே என்பது எனது வேதனை.

கல்லூரியில் ஒரு குறிப்பிட்ட வகுப்பை எடுத்துக் கொண்டால், அதில் மத்திய அரசு கல்வி திட்டத்தில் படித்தவர்கள், மாநில அரசு படிப்பை படித்தவர்கள், இதர கான்வெண்ட் - தனியார் பள்ளிப்படிப்பு படித்தவர்கள் ஆகிய மூன்று வகையினரும் இருப்பார்கள். அதாவது ஒரே வகுப்பில் மூன்று வகுப்புகள். இவர்களிலேயே வர்ணாசிரம வகுப்பு வேறு, பொருளாதார ஏற்றத்தாழ்வு இன்னொரு பக்கம்.

ஆக ஒவ்வொரு மாணவனும் ஒவ்வொரு வகுப்பாக செயல்படுகிற கல்வி, சரியான கல்வியா? அதனால்தான் அனைவருக்கும் சமத்துவமான கல்வி முறையும், அதில் சிலருக்கு உளவியல் ரீதியான சலுகைகளும் அவசியம் என்ற முடிவுக்கு வர வேண்டியிருக்கிறது.

2
மொழி

"அந்தக் காலத்து படங்கள் எல்லாம் சுத்தமா தமிழ் பேசுவாங்க. இப்பல்லாம் எங்க?.." என்று சலித்துக் கொள்கிறவர்களை நான் பார்க்கிறேன்.

'இன்றைய திரைப்படங்களில் நல்ல தமிழ் இல்லை. தஸ் புஸ்' என்று என்னவோ பேசுகிறார்கள். சமஸ்கிருதம் கலந்த தமிழ் நடையைவிட மிக மோசமான நடை ஒன்று உருவாகிக் கொண்டிருக்கிறது' என்ற குற்றச்சாட்டை நானும் ஒப்புக் கொள்கிறேன்.

நான் நான் கேட்கிற கேள்வி என்னவென்றால், திரையில் மட்டுமா நல்ல தமிழ் இல்லை என்கிறீர்கள்?

வீடுகளில் இல்லை. பாடசாலைகளில் இல்லை. விளம்பரப் பலகைகளில் இல்லை. தொலைக்காட்சி வானொலி சாதனங்களில் இல்லை. ஒட்டுமொத்தமாக தமிழ்நாட்டில் தமிழ் இல்லை. தமிழ் இருக்கிறது என்கிற ஒரு மாயை மட்டும் இருக்கிறது.

ஆமாம் மாயைதான்!

சென்ற இதழில் மோசமான கல்வி முறை இருப்பதை சொல்லியிருந்தேன். அந்த மோசமான கல்வியும் கூட தமிழிலே இல்லை என்பது மேலும் வேதனை.

நம் எல்லோருக்கும் ஆங்கிலம் தான் கட்டாயக் கல்வி. இரண்டாவதாக தமிழ்தான் படிக்க வேண்டும் என்கிற அவசியமில்லை. இந்தி படிக்கலாம்; பிரெஞ்சு படிக்கலாம்; ஜெர்மன் படிக்கலாம். ஆனால் ஆங்கிலம் மட்டும் எல்லோருமே படித்தாக வேண்டும்.!

தமிழ் மீடியம் என்று ஒன்று ஒப்புக்கு இருக்கிறது. மிஞ்சிப் போனால் பத்தாம் வகுப்புவரையோ, பனிரெண்டாம் வகுப்பு வரையோ அதில் படிக்கலாம். கல்லூரிப் படிப்புகள்? மருத்துவமோ, தொழில்நுட்பமோ, பொறியியலோ, கம்ப்யூட்டர் துறையோ தமிழிலா இயங்குகிறது? பனிரெண்டாம்

வகுப்பு வரை தமிழில் படிக்கிறார்களே. அவர்களும் தமிழ் மீது உள்ள தளராத தாகத்தாலா தமிழ் படிக்கிறார்கள்? ஆங்கிலத்தில் படிக்கிற வசதியில்லாததால்தான் தமிழ் படிக்கிறார்கள்.

எப்படியிருக்கிறது... எங்கும் தமிழ்! எதிலும் தமிழ்!!

தமிழ் மீடியத்திலே நடத்தப்படுகிற படிப்பை எடுத்துக் கொள்வோம்.

‘ஹைட்ரஜன் இரண்டு பங்கும், ஆக்ஸிஜன் ஒரு பங்கும் கலந்தால் தண்ணீர்’ என்று விளக்குகிறார்கள். இதில் இரண்டு பங்கு ஒரு பங்கு என்கிற தமிழ் பதங்கள் இடம் பெற்றிருக்கின்றன. ஹைட்ரஜன், ஆக்ஸிஜன். இரண்டும் நேரடி இறக்குமதி!

விஞ்ஞான வார்த்தைகளான வெர்னியர் காலிபர், நியூட்ரான், புரோட்டான், அய்சோடோப்பு போன்ற பல வார்த்தைகள் அப்படியேதான் பயன்படுத்துகிறோம். இத்தகைய விஞ்ஞானப் பதங்களைத் தமிழ்ப் படுத்துகிற முயிற்சியில் அரசு அதிக கவனம் செலுத்த வேண்டும்.

தமிழறிஞர்களும், விஞ்ஞானப் பேராசிரியர்களும் கொண்ட குழு ஒன்று ஆண்டுதோறும் புதிய தமிழ்ப் பதங்களை உருவாக்கி வெளியிட வேண்டும்.

ஆனால், நமக்கே பொது இடங்களில் ஆங்கிலத்தில் பேசுவதுதான் மரியாதை என்கிற எண்ணம் வலுத்திருக்கிறது.

அதேபோலத்தான் இந்தி மொழி ஆதிக்கம். இந்தி படித்தால்தான் வேலை கிடைக்கும் என்கிற இமாலயப் பொய் தமிழர்கள் மனதில் விதைக்கப் பட்டிருக்கிறது. இந்தி பேசுகிற மாநிலங்களில் எல்லாம் வேலையில்லாத் திண்டாட்டமே இல்லை போலவும் ‘துமாரே அமாரே என்று பேசத் தெரிந்தால் உடனே வேலையில் சேர்த்துக் கொள்வது போலவும் பலர் நம்பி வருகிறார்கள்.

அப்படியானால், வட மாநிலங்களில் இருந்து தமிழகத்திற்கு வந்து (தமிழே தெரியாமல்) பிழைப்பு நடத்திக் கொண்டிருக்கும் பலர் எதில் சேர்த்தி?

அங்கு அவர்களுக்குக் கிடைத்த கலெக்டர் வேலைகளை உதாசீனப்படுத்திவிட்டு தமிழர்களுக்குப் பாடுபடுவதற்காக அடகுக்கடை வைத்திருப்பதாக அர்த்தப்படுத்திக் கொள்வதா?

இந்தியை எதிர்த்துத் தமிழ்நாட்டில் நடைபெற்ற போராட்டங்களை உங்களுக்குப் பட்டியல் போட்டுக் காட்ட வேண்டியதில்லை.

ஆனால், இதுநாள் வரை அரசு ஆணைகளில் மணியார்டர் பாரங்களில் அச்சுப் பிழை போல் நாம் அனுமதித்துவந்த இந்தி,

இன்று தொலைக்காட்சிகள் மூலமாக நம் வீட்டுக்குள்ளேயே ஒலிக்கத் துவங்கி விட்டது.

கல்விக் கூடங்களில் ஆங்கிலம், வீட்டிலே இந்தி.

விளைவு?

ஷேக்ஸ்பியர் தெரியும். ஆங்கில இலக்கியங்கள் அத்துப்படி.. ஆனால் தொல்காப்பியம் தெரியாது, அகநானூறு, புறநானூறு, குறுந்தொகை போன்ற இன்ன பிற தமிழின் தொன்மை புரியாது.

இன்றைய குழந்தைகளுக்கு ஜூனூன், கனூன் போன்ற காவியங்கள் தெரியும். பெரியார் திரு.வி.க... சிங்காரவேலர் போன்ற தமிழுக்குத் தொண்டாற்றியவர்களைப் பற்றித் தெரியாது.

ஒரு மொழியின் மீது, இனத்தின் மீது தொடங்கப் பட்டிருக்கிற இந்த மறைமுகப் போரை எதிர் கொள்வது எப்படி?

நான் படித்த ஒரு செய்தி நினைவுக்கு வருகிறது. லெனின் தலைமையில் சோவியத் அரசு அமைக்கப்பட்ட நேரம். மாஸ்கோ பல்கலைக்கழகத்தில் படிப்பதற்காக ஜார்ஜிய இன மாணவன் ஒருவன் விண்ணப்பிக்கிறான். பல்கலைக்கழகத்திலோ ஜார்ஜிய மொழியே கற்பிக்கப்படவில்லை. என்ன செய்வதென்று பல்கலைக்கழகத்தாருக்குப் புரியவில்லை. செய்தி லெனின் பார்வைக்கு வருகிறது.

அந்த விண்ணப்பத்தை நிராகரித்து விடுவது ஒரு வழி. அல்லது அந்த மாணவனுக்கு ரஷிய மொழியைக் கற்பித்து, பிறகு கல்லூரியில் சேர்த்துக் கொள்வது சற்றுக் கடினமான இன்னொரு வழி.

லெனின் என்ன சொன்னார் தெரியுமா?

"இதில் யோசிப்பதற்கு என்ன இருக்கிறது? இன்றே பல்கலைக்கழகத்தில் ஜார்ஜிய மொழி பயிற்றுவிப்புத் துறை ஒன்றைத் துவங்கவேண்டியதுதான்" என்றார் லெனின். - நாமும் தமிழில் படிப்பவர்களுக்கு முன்னுரிமையும், சலுகைகளையும் வழங்கினால் - தமிழ் கட்டாயப் பாடமாக்கப்பட்டால் - தான் தமிழ் மொழி தழைக்கும். பொது இடங்களில் தமிழில் பேசுவதற்கு வெட்கப் படுகிற நிலை மாறும்.

எனக்கும் தமிழ் தெரியும் என்கிற பெருமித மனப்பான்மை வரும்.

3

பண்டிகைகள்

புரட்சி கவிஞர் விருது பெறுவதற்காக பெரியார் திடலுக்கு வந்திருந்த போது நம் நாட்டின் உழைப்பும், உற்பத்தியும் பண்டிகைகள் மூலமாக விரயமாகிக் கொண்டிருப்பதற்கு என்ன காரணம் என்று யோசித்தேன்.

அரை நூற்றாண்டுக்கும் மேலாக தந்தை பெரியார் அவர்கள் தமிழகத்தின் பட்டி தொட்டியெல்லாம் இரவென்றும் பகலென்றும் பாராமல் மூட நம்பிக்கைகள் பற்றி மூச்சு விடாமல் பேசியபின்னும் இந்தப் பண்டிகைகளுக்கும் விழாக்களுக்கும் மவுசு இருப்பதற்கு என்ன காரணம்?

ஒரு காரணம் தெளிவாயிற்று.

மக்கள், பண்டிகைகளையும், விழாக்களையும் பொழுது போக்கு அம்சங்களாக நினைக்கிறார்கள்.

சர்க்கஸ், டிராமா, சினிமா போன்ற பல பொழுது போக்கு அம்சங்கள் உருவாகாத நாட்களில் பஜனைகளும், தீமிதி விழாக்களும், தீபாவளி, விநாயகர் சதுர்த்தி போன்றவைகளும் வேடிக்கையாக பொழுது போக்குவதற்கு வாய்ப்பாக இருந்தன. பத்துபேர் தீமிதிக்கிறார்கள் என்றால் அதை ஆயிரம் பேர் வேடிக்கை பார்க்கிறார்கள் என்பது இதனையே பறை சாற்றுகிறது.

அதுவுமில்லாமல் விழாக்காலங்களில் பெண்களைக் காண்பதற்காகவே நிறைய இளவட்டங்கள் சேருவதும், அவர்களை சமாளிக்க பெண்களின் பெற்றோர்கள் காவலுக்கு வருவதும் தான் கூட்டம் அதிகமாக இருப்பதற்கு முக்கிய காரணம்.

பெரியாரிடம் கோயில்களில் கூட்டம் சேருவது பற்றி கேட்டபோதும் இதையேதான் காரணமாகச் சொன்னார்.

“ஆண்கள் ஒரு நாளிலும் பெண்கள் பிறிதொரு நாளிலும் தான் கோயிலுக்கு வரவேண்டும். இருவரும் ஒரே நாளில் கோயிலுக்கு வரக்கூடாது என்று சட்டம் போட்டால் ஒரு பயலும் கோயிலுக்கு போக மாட்டான்” என்றார் பெரியார்.

ஆக பண்டிகை விசேஷங்கள் பெரும்பாலும் பொழுது போக்கு அம்சமாகவே இருக்கின்றன. அதில் பக்தியில்லை... இல்லவேயில்லை. பண்டிகைகள் பொழுதுபோக்கு அம்சங்களாக இருந்தது போய் இப்போது உயிர்போகும் அம்சங்களாக மாறிக் கொண்டு வருவதுதான் வேதனையளிக்கிறது.

நாம் கொஞ்சம் ஆழ்ந்து சிந்தித்துப் பார்த்தோமானால் கடவுள் இல்லை என்று சொல்லும் நம் போன்றவர்களால் எந்த மதவாதிகளுக்கும் தீங்கு ஏற்பட்டதில்லை.

ஒரு மதவாதியை இன்னொரு மதவாதிதான் வெட்டிச் சாய்த்துக் கொண்டிருக்கிறான். ஒவ்வொரு மதத்திற்கும் துறைத் தலைவர் *(Head of the departument)* யார்? அந்த மதத்தின் கடவுள். இந்த கடவுள்கள் எப்படி அவர்களுக்காக வெட்டுப்படுவதற்கு அனுமதிக்கிறார்கள்?

வெட்டப்போகிறவனின் மதத்துக் கடவுளாவது "அட எனக்காக இன்னொருத்தனை வெட்டாதப்பா" என்று தடுக்கவாவது செய்ய வேண்டும். அல்லது வெட்டுப்படுகிறவனின் கடவுளாவது நமக்காக உயிரைவிட இருப்பவனை காப்பாற்றவாவது செய்ய வேண்டும்.

இப்படி தடுப்பதற்கும் காப்பற்றுவதற்கும் திராணியற்ற கடவுள், ஒரு கடவுளா? மக்கள் உணரவேண்டும்.

தமிழகத்தில் பெரியார் கடவுள் மறுப்பு கொள்கைகளைத் தீவிரமாகக் கூறினார். அவரது இயக்கமும் - அதே கருத்தை பிரசாரம் செய்துவருகிறது. ஆனால் எந்த ஒரு கோயிலையாவது இவர்கள் உடைத்தார்கள் என்று சொல்ல முடியாது,

பெரியார் விநாயகர் சிலையை உடைக்கும் போராட்டத்தை - கடவுள் சக்தி என்று எதுவும் இல்லை என்பதற்காக நடத்தினார். அப்போதுகூட அவரவர்கள் சொந்த செலவிலேயே பிள்ளையார் பொம்மைகளை வாங்கித்தான் உடைக்கச் சொன்னாரே தவிர, கோயிலிலும் - தெரு ஓரங்களிலும் அரச மரத்தின் அடியிலும், குளக்கரையிலும் உள்ள பிள்ளையார் சிலைகளை எடுத்து உடைக்கச் சொல்லவில்லை; ஆனால் மதவாதிகளாகவும் - கடவுள் நம்பிக்கையாளர்களாகவும் தங்களைக் காட்டிக்கொள்கிறவர்கள்தான் பாபர் மசூதியையே இடித்துத் தள்ளினார்கள். கடவுள் இல்லை என்று கூறுகிறவர்களிடம் உள்ள மனித நேயம் - உண்டு என்று கூறுகிறவர்களிடம் காணமுடியவில்லையே!

இப்படி இல்லாத ஒன்றிற்காக எத்தனை மரணங்கள்? நிழல்களுக்காக நிஜங்கள் செத்துப் போகிற பரிதாபம், என்னால் தாங்கிக் கொள்ளவே முடியாத வருத்தம் ஒன்று உண்டென்றால் அது மதப்படுகொலைகள்தான்.

சாதாரணவரப்புத்தகராறு,ஒருத்தன்மனைவியைஇன்னொருத்தன்

பயன்படுத்தியதால் ஏற்படும் கொலைகள், பணத்துக்கும் இன்னபிற சொத்துத் தகராறுகளுக்கும் நடக்கும் சச்சரவுகளுக்கு கூட ஏதோ ஆதாயம் கருதிய காரணம் இருக்கிறது. அதற்காக மேற்சொன்ன காரணங்களுக்காகக் கொலை நிகழ்ந்தால் பரவாயில்லை என்று சொல்வதாக அர்த்தம் செய்துகொள்ள வேண்டாம். மேலிடத்திலே இருந்து கொண்டு மதத்தலைவர்கள் சிண்டு முடிப்பதும் அதற்கு அப்பாவித் தமிழர்கள் பலியாவதும் யாருக்குத்தான் லாபமாக இருக்கிறது என்பதை யோசிக்க வேண்டும்.

மதத்திற்குத் தொண்டு செய்ய விரும்புகிறவர்கள்... அந்தந்த மதத்தினருக்கு நாம் செய்கிற விழாக்களால், ஊர்வலத்தால் என்ன பயன் விளைகிறது என்று யோசிப்பதில்லை. விநாயகர் ஊர்வலம், எந்த வகையில் இந்து மதத்தினரின் உயர்வுக்குப் பயன்படுகிறது? எந்த மதத்து ஊர்வலமாக இருந்தாலும் இது பொருந்தும்.

விநாயகர் களிமண் பொம்மையைக் கடலிலே கொண்டு போய் கரைப்பது கடலை அசுத்தப்படுத்தியதன்றி வேறென்ன நன்மையை விளைவித்தது?

விநாயகர் என்ற கடவுளே மிக பிற்காலத்தில்தான் இங்கே இறக்குமதியானது இப்பவும் “வாதாபி கணபதி” என்று தானே பாடுகிறார்கள்.

இந்த விழாக்களும், பண்டிகைகளும் இப்படி வேகமாக வளருவதற்குக் காரணம் அறியாமை. அறியாமை மிகுந்திருப்பதற்கு இந்தப் பண்டிகைகள். இவையிரண்டும் ஒன்றோடு ஒன்று பின்னிப் பிணைந்திருக்கின்றன. இவைகளினால் மக்களுக்கு நம்பிக்கையற்ற தன்மையும், விதி வலியது; எல்லாம் விதிப்படி நடக்கும் என்ற போக்கும் மனதில ஆழப்பதிந்துவிட்டது. மற்ற நாடுகளில் எல்லாம் ஏழ்மைக்கு முதலாளித்துவம் காரணம் என்றால் இந்தியாவில் பண்டிகைகளே ஏழ்மைக்கு முக்கியக் காரணமாக விளங்குகின்றன.

மற்ற நாடுகளில் உள்ள மதப் பண்டிகைகளுக்கும் - இங்கே கொண்டாடப்படும் பண்டிகைகளுக்கும் கலாசாரரீதியிலான ஒரு வேறுபாடு இருக்கிறது!

அந்த நாடுகளில் நடத்தப்படும் பண்டிகைகளில் - சமுதாயத்தின் ஒரு பிரிவு மக்கள் உயர்ந்தவர்கள் என்றும் - மற்றொரு பிரிவினர் தாழ்ந்தவர்கள் என்றும் கூறப்படும் கோட்பாடுகள் இல்லை; இங்கே - ஒரு இனத்தின் பண்பாட்டையே குலைத்து அவர்களை இழிவுபடுத்தும் நோக்கத்தோடு பண்டிகை இருப்பதோடு இழிவுக்குள்ளான மக்கள் சிந்திக்காமல் - அதைக் கடமையாகக் கருதி கொண்டாடும் ஒரு அவலம் இருக்கிறது! இதைத்தான் பெரியார் கடுமையாகச் சாடினார்.

இந்திய மக்கள் தொகையைவிட இந்தியக் கடவுள்களின் எண்ணிக்கை அதிகமாக இருக்கிறது. அவ்வளவு பேருக்கும் பண்டிகைகள் நடத்தவேண்டும் என்றால் அத்தனைச் சுலபமா?

முப்பத்து முக்கோடி தேவர்கள், நாற்பத்தி எண்ணாயிரம் ரிஷி ஈஸ்வரர்கள் மும்மூர்த்திகள் - அவர்களின் அவதாரங்கள், கந்தர்வர், கின்னரர். கிம்புருடர், அட்ட திக்கு பாலகர்கள் போதாதென்ற இந்தப் பட்டியலில் சமீபத்தில் சேர்ந்திருக்கும் விநாயகர், புதுப்புது அம்மன்கள், அகில இந்திய சாமியார்கள், ஸ்டேட் சாமியார்கள், லோக்கல் சாமியார்கள் அத்தனைப் பேருக்கும் விழா எடுத்துக் கொண்டிருக்கும் தமிழன் ஏழ்மையிலாவது உயிருடன் இருக்கிறானே என்று ஆறுதல் அடைய வேண்டியிருக்கிறது.

இத்தகைய மூடப் பழக்கங்கள் ஒழிவதற்காக பேசுவதும், எழுதுவதும் மட்டும் போதாது. ஒவ்வொரு குடும்பமும் ஒரு இயக்கம் போல செயல்படவேண்டும்.

மக்களுக்கு விழா தேவைதான்... கூடிக் கலந்து பேசி மகிழ்வதற்கு ஒரு கலாசார இணைப்பு அவசியம்தான்; ஆனால் அந்தக் கலாசார விழாக்கள், அறிவும் - மானமும் கொண்டதாக அனைவரையும் சமத்துவமாக்கக்கூடிய விழாக்களாக இருக்கவேண்டும்;

அப்படி விழா - நடத்தும் போது - நாம் இல்லாத கடவுள்களுக்கு 'ஜெயந்தி' களும் 'சதுர்த்தி'களும் கொண்டாடுவதை விட்டு விட்டு நம் வீட்டிலே உள்ளவர்களுக்கு பிறந்தநாள் விழாக்களை நடத்தலாமே! அதற்கு நமது நண்பர்களை அழைக்கலாமே!

நம்மைப் போன்ற மனித நேயத்தைப் போற்றும் பகுத்தறிவாளர்கள் இத்தகைய பண்பாட்டு மாற்றத்துக்கு வழிகாட்டிகளாக இருக்க வேண்டும் என்பது என் விருப்பம்.

என்னுடைய கருத்துகளை ஏற்றுக்கொண்டு இப்போது என் மனைவியும், எனது மகனும், மகளும் கடவுள் நம்பிக்கை அற்றவர்களாகவும் பகுத்தறிவுவாதிகளாகவும் இருக்கிறார்கள். பெரியாரின் மாணவன் என்ற முறையில் நான் செய்த மிகச் சிறிய சேவை இது. என் நண்பர்களும் இந்தக் கருத்துக்களில் உடன்பாடு உள்ளவர்களாக மாறிவருகிறார்கள்.

ஒவ்வொரு குடும்பமும் ஒரு இயக்கமாக மாறினால் மக்களுக்குப் பயன்படும் நல்ல சேவைகளை செய்ய முடியும். அதுவே சிறந்த பண்டிகையாகவும், திருவிழாவாகவும் இருக்கும்.

4

பெண்ணடிமைத்தனம்

சாதி அடிமைத்தனத்திற்கு சற்றும் சளைத்ததில்லை பெண்ணடிமைத் தனம், இன்னும் சொல்லப் போனால் நான்குவகை வருணம் போக, பெண்கள் அய்ந்தாம் வருணம் என்றும் எழுதி வைத்திருக்கிறார்கள்.

மக்கள் மனதில் சாதி ஏற்றத்தாழ்வுகள் எப்படி ஆழப்பதிந்து, ஒருவனை அவனே உயர்ந்த ஜாதி என்றும் இன்னொருவன் அவனே தன்னை தாழ்ந்த ஜாதி என்றும் நம்புகிற தன்மை உருவாகி உள்ளதோ, அப்படியே பெண்கள் தங்களைத் தாங்களே ஆண்களுக்கு அடிமை என்று நம்புகிறார்கள். சமயங்களில் இப்படி அடிமையாக இருப்பதற்கு விரும்பவும் செய்கிறார்கள்.

பெண்களே அவர்கள் அடிமைத்தனமாக இருப்பதை விரும்புவார்களா என்று யோசிக்கலாம்.

பெண்களின் அடிமைத்தனம் என்பதற்கு முக்கிய குறியீடாக இருப்பது அவர்களின் தாலி! தாலி அணிய விரும்பாத பெண்கள் எவரேனும் தமிழகத்தில் இருக்கிறார்களா? நம் பெண்கள் ஒவ்வொருவரும் தமது கணவனுக்கு சமமாக அந்த ஒரு முழக் கயிற்றைப் பாவிக்கிறார்கள். கணவனது உயிருக்கும் அந்தக் கயிறுக்கும் அப்படி ஒரு முடிச்சு போட்டு வைத்திருக்கிறார்கள்.

என் மனைவியிடம் பலமுறை இதைப்பற்றிய சர்ச்சையில் இறங்கியிருக்கிறேன்.

“இது எதுக்கும்மா நாய் டோக்கன் மாதிரி?” என்று கேட்பேன்.

ஆரம்பத்தில் விளையாட்டாக தாலியை அகற்றி விடும்படி கூறிவந்தேன். பெரியாரின் கருத்துக்களில் ஏற்பட்ட ஈடுபாட்டாலும் அவரது புத்தகங்களைப் படித்துப் பெற்ற தெளிவாலும், தாலி எனும் அடிமைச் சின்னத்தைப் பற்றி விரிவாகவும் கூறிப்பார்த்தேன். என் துணைவியார் தாலியைக் கழற்றுவதாக இல்லை.

“இவ்வளவு நாள் தாலி கட்டி இருந்துட்டு இப்ப கழட்டச்

சொன்னா எப்படி....? இவ்வளவு பேசற நீங்க அப்ப தாலி எதுக்கு கட்டினீங்க?" என்று கேட்டார்கள்.

அதற்கு நான், "குழந்தையா இருக்கும் போது தவழ்ந்து தவழ்ந்து போறோம். அதுக்காக எப்பவுமே தவழ்ந்துகிட்டே இருக்க முடியுமா? அப்ப தெரியாம கட்டினேன். இப்ப கழட்றேன்" என்றேன்.

இதற்கு அவர்களால் பதில் சொல்ல முடியவில்லை. ரொம்ப சாதுர்யமாக வேறொரு கேள்வி கேட்டார்கள்.

பெண்ணுக்குக் கருத்து சுதந்திரம் வேணும்னு தானே தாலிய கழட்டச் சொல்றீங்க?" என்றார்கள்.

"ஆமா" என்றேன்.

"எனக்குத் தாலி கட்டிக்கிட்டு இருக்கிறது பிடிச்சிருக்கு. எனக்குப் பிடிச்ச மாதிரி இருக்க எனக்கு சுதந்திரம் இருக்கில்ல?" என்றார்கள்.

ஒரு மாதிரியாக சமாளித்தார்களே தவிர, என் துணைவியாருக்கு சுதந்திரமாக இருக்க நான் வேண்டிக் கொண்டது பிடிக்கவில்லை என்றுதானே - அர்த்தம் ஆகிறது?

இப்படி பெண்களே தங்களை அடிமைகளாக நினைத்து மகிழ்ச்சி கொள்கிற நிலை எப்படி ஏற்பட்டது?

காலம் காலமாக பெண் என்பவள் ஆணுக்கு அடிமையானவள் அவனுக்குக் கட்டுப்பட்டவள் - சொத்துரிமை அற்றவள் - பிள்ளை பெற்றுக் கொடுக்கும் இயந்திரம் - மலட்டுப் பெண்கள் மனித இனத்திற்கே லாயக்கற்றவர்கள் என்கிற ரீதியான பிரசாரங்கள் நடந்து வந்திருக்கின்றன. எந்த ஒரு பிரசாரத்திற்கும் ஒரு இயக்கம் இருக்கும். அந்த இயக்கமாக நம்முடைய மதங்களே செயல்பட்டன. மனித இனததை வழிநடத்துவதற்காக ஏற்பட்டதாக - அல்லது இறைவனே வந்து தோற்றுவித்ததாகக் கூறப்படும் மதங்களே பெண்களை அடிமைப்படுத்தி வந்திருக்கின்றன.

மதங்கள், மனித இனத்தில் மட்டும் பெண்களை அடிமைப்படுத்தவில்லை. நம்முடைய பெண் கடவுள் களையும் (லட்சுமி, சரஸ்வதி.) அடிமைகளாகத்தான் சித்திரித்திருக்கின்றன.

காலண்டர்களிலும், சிற்பங்களிலும் நாம் காணும் கடவுள் உருவங்களில் மகாவிஷ்ணுவின் காலை அமுத்திக் கொண்டு உட்கார்ந்திருப்பார் மகாலட்சுமி.

- ஏன்? ஒரு காலண்டரில் கூட மகாலட்சுமிக்கு கால் , வலிக்காதா? விஷ்ணு மகாலட்சுமிக்கு கால் அமுத்தி விடக் கூடாதா?

இத்தகைய உருவங்கள் அதனை வடித்த ஓவியர் அவ்லது சிற்பியின் ஆணாதிக்க மனோபாவத்தின் வெளிப்பாடுதான்.

ஆயிரம், இரண்டாயிரம் ஆண்டுகளாக மதங்கள் மூலமாக செய்யப்பட்ட இந்தப் பிரசாரம் எத்தகைய விளைவுகளை ஏற்படுத்தியதோ அதைப்போல இரண்டு மடங்கு விளைவுகளை ஏற்படுத்தியிருக்கிறது நம் சினிமா! நானும் இந்தத் திரைப்படத்துறையில் ஓர் அங்கம் என்ற போதும் இதனை உரக்க அறிவிப்பதில் எனக்கு எந்தவித பயமும் இல்லை.

எந்தத் திரைப்படத்திலாவது ஒரு பெண் தாலியைக் கையில் பிடித்துக் கொண்டு கதறாத காட்சி உண்டா? எந்தத் திரைப்படத்திலாவது ஒரு வயது வந்த பெண்ணைக் காட்டி ஒரு தாய் வயிற்றில் நெருப்பைக் கட்டிக்கொண்டிருக்கிறேன்' என்று கலங்காத காட்சி உண்டா?

பெண்ணாகப் பிறப்பதே பாவம் போலவும், தாலி மீது காற்று பலமாக வீசி விட்டாலும் கணவனுக்கு ஆபத்து போலவும் காட்டிக் காட்டியே கடந்த அய்ம்பது வருடங்களில் பெண்ணடிமைத்தனத்தை பலமடங்கு புகுத்திவிட்டார்கள்.

ஒரு ஆண்டிற்கு தமிழில் நூறு படங்கள் வருகிறதென்றால் நாம் நூறுபடி கீழே போகிறோம் என்று அர்த்தமாகிவிட்டது. குடும்பக் கதைகள் என்ற பெயரில் வருகிற பல குப்பைப் படங்களைப் பார்த்துத்தான் பெரியார் அவர்களும், சினிமாவை ஒழிக்கவேண்டும்', என்று ஆவேசப்பட்டார் என்பதை நான் சமீபகாலங்களில் உணர்ந்தேன், வருத்தப்பட்டேன்.

பெரியார் வேகமாக திரைப்படங்களின் போக்கை சாடிய நேரத்தில், பேரறிஞர் அண்ணா , கலைஞர், என்எஸ்.கிருஷ்ணன், எம் ஆர் ராதா போன்ற பல சமுக பிரக்ஞை உள்ள கலைஞர்கள் அதே திரைப்படங்கள் மூலம் நல்லவற்றையும் மக்கள் ஏற்கும் வண்ணம் செய்யமுடியும் என்பதை நிரூபித்தார்கள்.

‘வேலைக்காரி', ‘ரங்கோன் ராதை', ‘நல்லதம்பி', ‘பராசக்தி' ‘எல்லோரும் இந்நாட்டு மன்னர்' ‘ரத்தக்கண்ணீர்' போன்ற பல படங்கள் விழிப்புணர்ச் சியையும், தமிழ்ப்பற்றையும் அந்தக் கால இளைஞர் களுக்கு ஊட்டின.

நானும், மணிவண்ணனும் இணைந்து உருவாக்கிய படங்களில் சாதி எதிர்ப்பு, பெண்ணடிமை எதிர்ப்பு போன்றவற்றைச் சொல்லவேண்டும் என்பதை ஒரு கொள்கையாகவே வைத்திருக்கிறோம்.

குருதனபாலன் அவர்கள் இயக்கத்தில் வந்திருக்கும் ‘தாய்மாமன்' படத்தில் தாலி அறுப்பு விழா காட்சியும், கடைசியில் திருமணத்திற்கு தாலி தேவையில்லை என்று முழக்குகிற காட்சியும், ஒரு பிரசாரம் போலவே சொல்லப்பட்டவை. வாய்ப்புகள் இருப்பின் எனது

படங்களில் இத்தகைய பிரசாரங்களை நிச்சயம் தொடருவேன், - இவற்றால் நிச்சயம் ஒரு மாற்றம் இருக்கும் என்பது என் நம்பிக்கை. இரண்டாயிரம் வருடங்களாக ஊறிவிட்ட இந்தப் பெண்ணடிமைத்தனம் களையப்பட ஒரு இருநூறு வருட அவகாசமேனும் நிச்சயம் தேவை.

பால்ய - விவாகம், விதவைத் திருமணம் போன்றவற்றை பல பெண்கள் பிரச்சினைகளில் பெரியார் நிகழ்த்திய பிரசாரமும் போராட்டமும் இன்று குறிப்பிடத்தகுந்த மாற்றத்தை ஏற்படுத்தியிருக்கிறது. பெண்களுக்குச் சொத்துரிமை அளிக்கப்பட சட்டம் இயற்றப்பட்டுள்ளது. இனி, மெல்ல மெல்ல பெண்களே தங்கள் அடிமை விலங்கை நொறுக்கிவிட்டு வெளியே வருவார்கள்.

5

சோதிடம்

மூடநம்பிக்கையை வளர்ப்பதில் தீவிர அக்கறை எடுத்துக் கொள்ளும் சாதனங்களில் பத்திரிகைக்கு முக்கிய பங்கு உண்டு.

பல பத்திரிகைகளில் சோதிடம் போடுகிறார்கள். ஒரு பத்திரிகையில் எண் சோதிடம் என்றும் இன்னொரு பத்திரிகையில் நம்புங்கள் நாராயணனை என்றும், இன்னொரு பத்திரிகையில் கையெழுத்து சோதிடம் என்றும் உலகில் வாழும் 500 கோடி மக்களின் தலையெழுத்தையும் உட்கார்ந்த இடத்திலேயே கணித்து விடும் இந்த மகா விஞ்ஞானி' களுக்கு பத்திரிகைகள் தரும் ஆதரவு வேதனையானது.

ஒரே வாராத்தில் வெளிவந்த அத்தனை சோதிடக் கணிப்புகளையும் ஒப்பிட்டுப் பார்த்தோமானால் அதில் இருக்கிற முரண்பாடு தெரியும் 'தனசு' என்ற ராசிக்கு, ஒரு இதழில் 'லாபம்' என்றும் இன்னொரு இதழில் 'வியாபாரத்தில் நஷ்டம்' என்றும் போடப்படும். இந்தக் கேலிக்கூத்துக்கள் எப்படி தொடர்ந்து நடைபெறமுடியும் என்பதை என்னால் புரிந்து கொள்ள முடியவில்லை.

மகாராஷ்டிர பூகம்பத்தில் 40 ஆயிரம் பேர் ஒரே இரவில் செத்துப்போனார்கள். அத்தனைப் பேரும் ஒரே ராசிக்காரர்களா? இன்ன கிரகப் பலன் கொண்டவன் இந்த நேரத்தில் இறந்து போவான் என்கிற அவர்கள் 'பாவ்லா' அப்போது என்ன ஆனது?

என்னுடைய நண்பர் ஒருவரிடம் இதுபற்றிய விவாதம் வந்தது. நண்பர் பழுத்த சோதிடவாதி, கிளி சோதிடம், நாடி சோதிடம், முதல் கம்ப்யூட்டர் சோதிடம் வரை பார்ப்பவர்.

"என்னய்யா இப்படி பூகம்பத்தால திடீர்னு 40 ஆயிரம் பேர் செத்துப் போயிட்டாங்க அவ்வளவு பேரும் விருச்சிக ராசிதானா?" என்றேன்.

ஒரு கணம் யோசித்துவிட்டு நண்பர் அதற்கு ஒரு காரணத்தைச் சொன்னார்.

“இந்த மாதிரி ஒட்டுமொத்தமாக சாகும்போது தனித் தனியா பலன் பார்க்கக்கூடாது?” என்றார்.

- “வேற எப்படி” என்றேன்.

“அது வந்து.. ஊருக்கே நேரம் சரியில்லைன்னு வெச்சுக்க வேண்டியதுதான்” என்றார்.

எனக்குப் பற்றிக்கொண்டு வந்தது. ஊருக்கே நேரம் சரியில்லை என்றால் ஊருக்கும் பிறந்த தேதி, நாள் நட்சத்திரம் - புனர்பூசம் எல்லாம் உண்டா? என்பது ஒரு புறம் இருக்க...

பூகம்பம் உண்டாவதற்கான பூகோளக் காரணங்கள், ஏற்படும் விதம் போன்ற சகல விஞ்ஞானத்தையும் இப்படி நேரம் சரியில்லை என்று ஒரேவரியில் ஒதுக்குவது பகுத்தறிவுள்ள மனிதர்கள் பேசும் பேச்சா? என்று யோசிக்க வேண்டும்.

இந்தச் சோதிட சமாச்சாரங்களில் எனக்கு அடிப்படையாக ஒரு சந்தேகம் உண்டு.

நமது சூரிய மண்டலம் எப்படியிருக்கிறது?

நடுவிலே சூரியன். செவ்வாய், புதன், பூமி உள்ளிட்ட ஒன்பது கோள்கள் அதனைச் சுற்றி வருகின்றன.

ஆனால் நமது கிரகப் பலன்காரர்கள் கூறும் கிரக அமைப்பு எப்படி இருக்கிறது? - நடுவிலே பூமி, சுற்றிவரும் கோள்களில் ஒன்றாக சூரியன் இருக்கிறது.

இதிலிருந்தே என்ன தெரிகிறது? மனிதன் விஞ்ஞான அறிவு இல்லாத காலத்தில் சோதிடத்தைக் கண்டுபிடித்தான். ஒவ்வொரு கிரகமும் ஏதோ புரியாத மர்மமாக இருந்திருக்கிறது. அவற்றைக் கடவுள்களாக வழிபட்டு வந்திருக்கிறான்.

சரி, ஏதோ தவறு நடந்துவிட்டது என்று திருத்திக் கொள்வதுதானே முறை?

பூமியைப் போலவே மற்ற கோள்களும் மண் உருண்டைகள்தான்; கடவுள்கள் இல்லை என்பதையும் மனிதன் உணர்ந்திருக்க வேண்டாமா?

மூன்றாம் வகுப்பிலேயே கிரகங்களின் அமைப்பு பற்றியும் பூமியில் இருந்து அவைகள் எவ்வளவு தூரத்தில் இருக்கின்றன என்றும் படித்தும் கூட கிரகப் பலனும் நாள் நட்சத்திரமும் பார்ப்பது மூடத்தனம் இல்லையா?

இப்போது பாருங்கள். வியாழ பகவானுக்கு ‘ஷூமேக்கர் லெவி’ வால் நட்சத்திரத்தால் ஆபத்து வருவதை நாம் தான் முன்னரே அறிந்து சொல்கிறோம். கிரகபகவான்களே ஆபத்தில்தான்

இருக்கிறார்கள். அவற்றை வழிபட்டால் நமது ஆபத்து விலகும் என்பதன் அபத்தம் புரிகிறதா? ஒருவன் இத்தனை வயதில் திருமணம் செய்து கொள்ளவேண்டும். இத்தனையாவது வயதில் பிள்ளை பெற்றுக் கொள்ள வேண்டும். இத்தனையாவது வயதில் நோய்வாய்ப்பட வேண்டும் என்பதெல்லாம் நாம் பிறக்கும் போது தீர்மானிக்கப்பட்டுவிடுகிறதென்றால் நான் தமிழகம் அறிந்த நடிகனாக வளர்ந்ததும் இத்தனைப் படங்கள் நடித்ததும் கூட ஏற்கனவே தீர்மானிக்கப்பட்டவைகள் என்று தானே அர்த்தம்?

அப்படியானால் நடிப்பதற்காக நான் எந்த முயற்சியும் எடுக்காமல் இருந்திருந்தாலும் இந்த நிலைக்கு வந்திருக்க முடியுமா என்பதே என் கேள்வி.

ஒவ்வொருவனுடைய வாழ்க்கையும் ஏற்கனவே தீர்மானிக்கப்பட்டுவிட்ட தென்றால் எதற்காக அரசாங்கம் என்று ஒன்று இயங்கவேண்டும்? கோர்ட் எதற்கு? சட்டம் எதற்கு? காவல் நிலையம் எதற்கு?

கொலை செய்ய வேண்டும் என்று ஒருவனுக்கு தலை யெழுத்து இருந்தால் யார் தடுத்தாலும் அவன் கொலை செய்தே தீருவான் என்பதுதானே தலையெழுத்தும், கிரகப் பலனும் கூறுகிற நியாயம்?

இப்படி கிரகங்கள் பண்ணகிற தமாஷ்களுக்கு அந்த அப்பாவி மனிதனை தண்டிப்பதும் சிறையில் அடைப்பதும் நியாயமா?

அப்படியானால் தவறு செய்கிற அனைவரும் அவர்கள் விருப்பம் இன்றியே (அல்லது அவர்களுக்குத் தெரியாமலேயே) தவறு செய்கிறார்கள் என்று கிரகத்தின் மீது பழியைப் போட்டு விட்டு சென்ட்ரல் ஜெயிலில் இருக்கிற அனைவரையும் விடுதலை செய்ய வேண்டியதுதானே?

அப்படி செய்யமுடியுமா?

முடியாது...

அப்படியானால் இந்த ராசிபலன்கள் விஞ்ஞானத்திற்கு மட்டுமின்றி சட்டத்திற்கும் புறம்பானவை. அவரவர் வயிறு பிழைப்பதற்காக உருவாக்கப்பட்டவை.

அது மட்டுமல்ல, மனிதனின் தன்னம்பிக்கையை குறைப்பதாகவும் சோதிடம் இருக்கிறது.

"நீ எந்தத் தொழில் ஆரம்பித்தாலும் விருத்தியாகாது" என்பதால் நம்பிக்கை குறைவு ஏற்பட்டு வெட்டியாக இருப்போர் ஏராளம் பேர் அல்லது "நீ தொழில் தொடங்கினால் அமோக லாபம் வரும்" என்று கூறுவதாலும் சிலர் எந்தத் திட்டமும் இல்லாமல் தொழில் தொடங்கி வீணாகிப்போவதும் உண்டு .

நமது சினிமா பூஜைகளே அதற்கு நல்ல உதாரணம். நல்ல நாள். நட்சத்திரம் எல்லாம் பார்த்து, அய்யர் மந்திரம் ஓத ‘வெற்றி நிச்சயம்’ என்று தான் படங்கள் ஆரம்பிக்கப் படுகின்றன. எத்தனைப் படங்கள் வெற்றி பெறுகின்றன?

சிந்திக்க வேண்டும்.

ஆக விஞ்ஞானத்திற்கும், சட்டத்திற்கும் புறம்பானதும் மனிதர்களின் தன்னம்பிக்கைக்கு ஊறு விளைவிப்பதுமான சோதிடத்தை அரசு தடை செய்ய வேண்டும். குறைந்த பட்சம் இந்த அளவுக்குத்தான் புழங்க வேண்டும் என்ற வரைமுறையாவது கொண்டு வரவேண்டும்.

6

கலப்புமணம்

இந்தியாவுக்கு மட்டுமே உரித்தான தலையாய கேவலம், வர்ணாசிரம முறை. இதில் யாருக்கும் எந்த மாற்றுக் கருத்தும் இருக்கமுடியாது.

ஒவ்வொரு காலக்கட்டத்திலும் யாரேனும் ஒருவர் இந்தச் சாதி இழிவை எதிர்த்துப் போராடி வந்திருக்கின்றனர்.

ஆனால் சாதி முறை ஒழிந்ததா? இல்லை. எந்த ஒரு இயக்கமோ நிறுவனமோ இல்லாமலேயே சாதி சிஸ்டம் பாதுகாத்து வரப்படுகிறது. இதுவும் உண்மைதான்.

மக்களின் அறியாமை ஒழிந்தால் - விழிப்பு ஏற்பட்டால் இந்த இருள் நீங்கும் என்ற நம்பிக்கை நமக்கு இருக்கிறது.

சில மாதங்களுக்கு முன்னால் ஒரு வார இதழில் ஒரு செய்தி,

'பெரியாரே போராடிப் பார்த்து தோற்றுப்போன சங்கதிகளுக்கு மறுபடி புத்துயிர் தருவதற்கு சிலர் முயற்சிக்கிறார்கள்' என்ற போக்கிலே ஒரு செய்தி வெளியிட்டிருப்பதைப் பார்த்தேன்.

அதாவது என்றாவது ஒருநாள் மாறும் என்று நாமெல்லாம் நம்புகிறவை எப்போதுமே மாறாது. போலவும், பெரியார் தோற்றே போய்விட்டார் என்றும் அவர்கள் தங்கள் ஆசையை அதிலே வெளியிட்டிருக்கிறார்கள்.

பெரியார் கடவுள் இல்லை என்றார். இன்னமும் கடவுள்கள் புதிது புதிதாக முளைத்துக் கொண்டுதான் இருக்கின்றன. சாதி ஏற்றத்தாழ்வு கூடாது என்றார். இன்னமும் அது மறையவில்லை. மதங்கள் கூடாதென்றார். இப்போதும் மதங்கள் பொலிவோடு இருக்கின்றன. ஆகவே பெரியார் சொன்னது எதுவும் நடக்கவே இல்லை. ஆகவே தோற்றுப் போய்விட்டார் என்று அற்புதமான கண்டுபிடிப்பை வெளியிட்டிருக்கிறார்கள்.

ஆயிரமாயிரம் வருடமாய் அடிமைப்பட்டு அறியாமை இருட்டில் மூழ்கிக் கிடந்தவர்களுக்கு பகுத்தறிவுப் பகலவனாக இருந்தவரை

தோற்றுப் போனார் என்று கூறியிருப்பதை ஒரு வாதத்திற்கேனும் ஒப்புக் கொள்வோம்.

ஒரு சமுக மாற்றத்திற்கான சிந்தனையின் வெற்றி - தோல்வியை நிர்ணயிப்பதற்கு நீ யார்?' என்பது எனது கேள்வி. மாற்றங்கள் நீ வாழ்கின்ற காவத்திலேயே நிகழ்ந்து நீ சர்டிஃபிகேட் கொடுக்க வேண்டும் என்று நியதியா?... மாறும். நிதானமாக மாறும்.

ஒரு புலிக்கும், மனிதனுக்கும் சண்டைவிட்டால் யார் வெற்றி பெறுவார்கள்? புலிதானே? புலியை எந்த மனிதனாலும் வெல்ல முடியாது என்றால் நம்மையெல்லாம் ஜூ (Zoo) க்குள்ளே போட்டுவிட்டு புலிதானே நம்மை டிக்கெட் வாங்கிக் கொண்டு வந்து பார்த்துவிட்டுப் போகவேண்டும்? புலி கூண்டுக்குள்ளே இருக்கிறது. மனிதன் வேடிக்கைப் பார்த்து விட்டுப் போகிறானே எப்படி?

'மனிதனிடம் ஆயுதங்கள் இருக்கின்றன. அவற்றால் விலங்குகளை அடக்கி ஆளுகிறான்' என்று பதில் சொல்வீர்கள்.

- அப்படியே ஒரு அய்யாயிரம் வருஷத்துக்கு முன்னாடி போவோம். மனிதனிடம் எந்த ஆயுதமும் இல்லாத நிலை. அப்போது புலியை மனிதனால் வென்றிருக்க முடியுமா? முடிந்திருக்காது. அப்போதும் மனிதன் காட்டு விலங்குகளிடம் போராடியிருப்பான். நம் பத்திரிகை அன்பர் போன்ற ஆதிவாசி அப்போது இருந்திருந்தால் அந்த விலங்குகளையெல்லாம் நம்மால் வெல்லவே முடியாது என்று வியாக்யானம் பேசியிருப்பார் அல்லவா? அப்படித்தான் இருக்கிறது. பெரியார் தோற்று விட்டார் என்பதும்.

சாதாரண காட்டு விலங்குகளை ஜெயிப்பதற்கே மனிதன் இவ்வளவு போராட வேண்டியிருக்கிற தென்றால், இது போன்ற காட்டுமிராண்டிகளை ஜெயிப்பதற்கு எவ்வளவு போராட வேண்டியிருக்கும் என்பதைச் சிந்திக்க வேண்டும்.

சமுக மாற்றம் என்பது சினிமாவில் வருகிற 'க்ளைமாகஸ்' காட்சிகள் மாதிரி பத்து நிமிட முடிவுகள் இல்லை. அதற்குத் தொடர்ச்சியான பிரசாரமும், போராட்ட முறைகளும் அவசியம்.

பெரியார் செய்த பிரசாரங்களும், போராட்ட உத்திகளும் தமிழ் மக்கள் அதற்கு முன்னால் வேறு எப்போதும் கேட்டறியாத புரட்சிகரமான புதிய வீச்சுடன் அமைந்தவை.

நாடு சுதந்திரம் பெற்ற நாளை துக்க நாள்' என்று அறிவித்ததும். அரசியல் சட்டத்தை எரித்து, நீதி மன்றத்தையே கேள்விக் குறியாக்கியதும் எப்படி இந்திய அரசையே அதிர வைத்ததோ அதே அளவுக்கு விதவை திருமணம் பற்றியும். சாதிமறுப்பு பற்றியும் கலப்பு மணம் பற்றியும், பெண்ணுரிமை பற்றியும் அவர் கூறியக்

கருத்துக்கள் சமுகத்தில் பெருத்த அதிர்வுகளை ஏற்படுத்தியன.

சாதிமுறை என்கிற காட்டுமிராண்டித்தனத்தை எதிர்க்கக் கூடிய ஆயுதத்தில் ஒன்று சாதி மறுப்பு கலப்பு மணம்!

சாதிப்பற்றுதான் வர்ணாசிரம முறையைக் கட்டிக் காத்து வரும் ஆணிவேர். இதனை எப்படிப் போக்கலாம்? சாதிப்பற்று இல்லாமல் இருந்தால் ஒழிக்கலாம்.

மேம்போக்காகப் பார்த்தால் ஒவ்வொருவருமே சாதிவெறி அற்றவர்கள் போலவும், நாங்களெல்லாம் ஒரே சாதி என்று வெளிப்படையாகச் சொல்வதற்கு வெட்கப்படுகிறவர்களாகவும் நடந்து கொள்கிறோம். இவற்றால் மட்டுமே சாதிமுறை அழிந்துவிடாது.

உண்மையான சாதிப்பற்றற்ற தன்மையென்பது இனி என் குழந்தைகளின் திருமணத்தை என் சொந்த சாதியிலேயே செய்து கொடுக்கமாட்டேன் என்று கூறுவதில்தான் இருக்கிறது. முடிந்தால் சாதி மறுப்பு கலப்பு மணம் செய்து கொள்பவர்களின் திருமணங் களில் மட்டுமே இனி கலந்து கொள்வது என்றும் கூட உறுதியாக இருக்கலாம்.

யோசித்துப் பாருங்கள். ஒரு அய்ம்பதாயிரம் பேர் இப்படி திருமணம் செய்தால், இன்னும் இரண்டு தலைமுறையில் சாதி என்றால் என்ன? என்று ஏதாவது என்சைக்ளோபீடியாவைப் பார்த்துத்தான் தெரிந்து கொள்ள வேண்டியிருக்கும்,

சமீபத்தில் நடந்த எனது சகோதிரியின் திருமணம் சாதி மறுப்பு கலப்புமணம் தான். எனது குழந்தை களுக்கும் சாதி மறுப்பு கலப்புமணம் செய்யவேண்டும் என்பதே என் எண்ணம்.

இத்தகைய சாதி மறுப்பு கலப்புமணங்கள் சாதி விட்டு சாதி, மதம் விட்டு மதம் என்று பெருக வேண்டும்.

முன்பெல்லாம் காசி யாத்திரை என்பது பல வருடக்கணக்கான பிரயாணமாக இருந்தது. இப்போது ஒரு நாளில் போய்வருகிற தூரம்தான். அமெரிக்காவுடன் தொடர்பு கொள்ள வேண்டுமானால் அரை நிமிடம் போதும். உலகம் சுருங்கிய அளவுக்கு மக்கள் மனங்கள் நெருங்க வேண்டும்.

அப்போது இனம் விட்டு இனமும், நாடு விட்டு நாடும். திருமணங்கள் நடக்கும். அமெரிக்கா அத்தை ஊரு, சீனா சித்தப்பா ஊரு என்ற நிலை ஏற்படும். மனிதனின் மிக உயர்ந்த நாகரிகத்தின் அடையாளமாக அது இருக்கும்.

இவையெல்லாம் நடக்குமா என்று நினைக்கலாம், மறுபடி சொல்கிறேன், புலி பலசாலியா? மனிதன் பலசாலியா?

7

போலி சாமியார்கள்

சமீபத்தில் நடந்த சம்பவங்கள் பகுத்தறிவு உள்ள அனைவரையும் மிகுந்த வருத்தத்திற்கு ஆளாக்கியிருக்கும். பிரேமானந்தா என்கிற சாமியார் பல்வேறு கற்பழிப்பு வழக்குகளில குற்றம் சாட்டடிப்பட்டிருப்பதைத்தான் சொல்கிறேன்.

இவ்வளவு அறியாமையிலும் மக்கள் இருக்க முடியுமா என்று நினைக்க நினைக்க வேதனையாக இருக்கிறது.

அந்தச் சாமியாருக்கு இந்த அளவுக்கு மவுசு வந்ததற்கு என்ன காரணம்? சற்று ஆராய்வோமா?

வாய் வழியாக லிங்கம் லிங்கமாக பிரசவம் செய்வார் என்கிறார்கள். வெறுங்கையில் இருந்து விபூதி வரவழைப்பார் என்கிறார்கள்.

அதென்னது எல்லா சாமியார்களும் லிங்கம் வரவழைத்துத் தருகிறார்கள் அல்லது விபூதி தருகிறார்கள் என்பது என் நெடு நாளைய சந்தேகங்களில் ஒன்று.

இயக்குநர் மணிவண்ணன் இயக்கிய 'அமைதிப் படை' படத்தில் அரசியல்வாதி பிஸினஸ் டல் அடிச்சுப் போனாலும் சாமியார் வேஷம் போட்டு பொழைச் சுக்கலாம்"னு - ஒரு டயலாக் வரும். இந்த டயலாக்கை மணிவண்ணன் சொல்லுவார்.

அதற்கு நான், "அதெல்லாம் கஷ்டம்பா. வெறுங்கையிலிருந்து திருநீறுல்லாம் வரவழைச்சு குடுக்கணுமே" என்பேன்.

அதற்கு மணிவண்ணன் சர்வ சாதாரணமா அவரது பாணியில், "அட பக்கத்து தெருவுல சலூன் வெச்சிருக்கிற முனுசாமிக்கு அந்த வித்தையெல்லாம் தெரியும். அய்ய... ஒரு மடக்கு தண்ணிய குடிச்சிட்டு வாயிலிருந்து லிங்கம்லாம் வரவழைக்கறாம்பா' என்பார்.

வெறுங்கையில் விபூதி வரவழைத்து தருவதும், லிங்கம் கக்குவதும் மிகச்சாதாரண வித்தைகள்.

பொள்ளாச்சியில் இருந்தபோது திராவிடர் கழகத்தினர், மந்திரமா, தந்திரமா? என்ற தலைப்பில் நிகழ்ச்சிகள் நடத்தி மந்திரம் என்ற பெயரில் பொய்யும் புரட்டும் செய்து பிழைப்பு நடத்துவதை விஞ்ஞான பூர்வமாக விளக்கியதை நானே பார்த்திருக்கிறேன்.

ஆனால் மக்கள் அதையும் ஆர்வமாகவும், ஆச்சரியமாகவும் பார்த்து அதன்பிறகு வரும் பிரேமானந்தா செய்கிற மேற்படி சாகசங்களையும் பக்தியோடு பார்க்கிறார்களே என்று நினைக்கிறபோது வேதனை ஏற்படாமல் வேறென்ன ஏற்படும்?

“அட நம்ம ஜனங்களுக்கு விபூதியையும், லிங்கத்தையும் பார்த்து போரடிக்காதா? ஒரு சேஞ்சுக்கு பஜாஜ் ஸ்கூட்டர் கக்குப்பா, விரலிடுக்குல இருந்து கைனடிக் ஹோண்டா வரவழைச்சு குடுப்பான்னு கேக்கமாட்டேன்றாங்களே” என்று அடிக்கடி எண்ணிக் கொள்வேன்.

‘தண்ணீரைத் தொட்டால் பெட்ரோலாக மாறுகிறது. தகரத்தைத் தொட்டால் தங்கமாகிறது’ என்று பூச்சாண்டி காட்டுகிற சில சாமியார்கள் லோக்கல் அரசியல்வாதிகள் முதல் டில்லி அரசியல்வாதிகள் வரை ஆதரவு பெற்ற அமோகமாக ஏமாற்றிக் கொண்டிருக்கிறார்கள்.

அப்பாவி மக்களை இப்படி ஏமாற்றிக் கொண்டிருக்கிற எல்லா சாமியார்களுக்கும் அரசியல் வாதிகள் ஆதரவு இருப்பதும், சில சாமியார்களின் தயவு அரசியல்வாதிகளுக்குத் தேவைப்படுவதும் ஊரறிந்த ரகசியமாகி விட்டது. பல இடங்களில் சாமியாருக்கும் அரசியல்வாதிக்கும் இடையே அரசு அதிகாரிகள் தூதுவர்களாக செயல்பட்டுக் கொண்டிருக்கிறார்கள். விபூதி வரவழைப்பதும், அருள் வாக்கு கொடுப்பதும் ஏமாற்று வேலை என்று அரசியல்வாதி களுக்கும் அதிகாரிகளுக்கும் நன்றாகவே தெரியும்.

எத்தனை உறுதியான ‘க்ரைம் நெட்வொர்க்’ நம்மைச் சுற்றி செயல்படுகிறது பாருங்கள்.

அய்யாவின் சிந்தனைகளை ஏற்றுக் கொண்டவர்களும் பகுத்தறிவு வாழ்வு வாழ்கிறவர்களும் இனி ஒரு உறுதி எடுத்துக் கொண்டு செயல்படவேண்டும்.

மூட நம்பிக்கைவாதிகளும் கடவுள் நம்பிக்கை கொண்டு அலைகிறவர்களும் நன்றாக தம்மை அடையாளம் காட்டிக் கொள்கிறார்கள். சாதாரண பெட்டிக்கடை வைத்து ஓரளவுக்கு பணம் சம்பாதிக்கிறவரும் நெற்றியெல்லாம் பட்டையடித்து, ருத்ராட்சக் கொட்டையணிந்து, தினமும் கடையைத் திறந்ததும் ஊதுவத்திக் கொளுத்தி வைத்து வியாபாரத்தை ஆரம்பிக்கிறார். பார்க்கிற நான்கு பேரும் அவரது பக்திதான் அவரது முன்னேற்றத்திற்குத் காரணம்

என்று அவரையே பின்பற்றுகிறார்கள். எவ்வளவு இயல்பாக ஒரு பிரசாரம் நடக்கிறது கவனியுங்கள். நாமும் நம்மை அடையாளம் காட்டிக் கொள்ள வேண்டும்.

இதோ.... நான் கடவுள் நம்பிக்கை அறறவன், சென்னையிலே, வீடும் காரும் வைத்து வசதியாக வாழ்கிறேன். இவையெல்லாம் நான் உழைத்து சம்பாதித்தவை. கடவுள் கொடுத்தது அல்ல என்பதை என்னைச் சந்திக்கிற அனைவரும் அறியும் வகையில் என்னை நான் அடையாளம் காட்டிக் கொள்கிறேன்,

நம் நாட்டில் கடவுள் நம்பிக்கையற்ற மருத்துவர்களும், விஞ்ஞானிகளும், தொழிலதிபர்களும் இருக்கிறார்கள். அவர்கள் அனைவரும் நான் கடவுள் நம்பிக்கையால் உயரவில்லை என்பதைக் கொஞ்ச மேனும் உலகிற்கு உரைக்க வேண்டும்.

அறியாமையில் இருக்கும் மக்களுக்கு இது போன்றவர்கள் பவுதீக உதாரணங்களாக இருப்பார்கள்.

பெரியார், அண்ணா போன்ற தலைவர்களின் படங்களை மாட்டி வைப்பதும், அவர்கள் எழுதிய புத்தகங்களை அடுக்கி வைப்பதும் மட்டும் இப்போது போதாது! இன்றைய தலைமுறை இவர்களை, ஏதோ விஞ்ஞானக் கூடங்களில் மாட்டி வைத்திருக்கும் விஞ்ஞானிகளின் பட வரிசை போல் மரியாதையுடன் நிராகரித்து விடுகிறது.

நான் படித்த கல்லூரியின் பரிசோதனைக் கூடத்தில் வரிசையாக விஞ்ஞானிகளின் படங்கள் மாட்டி வைத்திருப்பார்கள். மாணவர்களுக்கு அந்தப் புகைப்படங்களில் இருப்பவர் மீது நல்ல மரியாதை இருக்கும். ஆனால் அந்த அறிஞர்கள் யார்? அவர்கள் கண்டு பிடித்தது என்ன? போன்ற எந்த தகவலும் தெரிந்திருக்காது.

நாத்திகர்கள் - பகுத்தறிவுவாதிகள் அய்யாவின் கருத்துகளை ஏற்றுக்கொண்ட அனைவரும் இனி மக்களுக்குத் தங்களை அடையாளம் காட்டிக் கொள்ள வேண்டும். ஒவ்வொருவரும் ஒரு இயக்கமாக மாற வேண்டும். அப்போது தான் இந்த க்ரைம் நெட் வொர்க் நொறுங்கும்.

8

உலகத்தமிழ் மாநாடு

நான் நடித்து வெளிவந்த 'தாய்மாமன்' படத்தில் கவுண்டமணி பேசுவதாக இடம் பெறும் வசனம் இது.

"கல் தோன்றி மண் தோன்றா காலத்தே முன் தோன்றி மூத்த குடி.... இப்படிக் கேடு கெட்டு வாழறதுக்கு எதுக்குடா அப்பவே பொறந்தீங்க....?" என்று கேட்பார்.

தமிழின் தொன்மையை நாம் உணராமல் இல்லை. தமிழ் அளவுக்கு வயதுள்ள பல மொழிகள் இப்போது வழக்கொழிந்து போய்விட்டன. சில மொழிகளுக்கு இடையிடையிலே பெருத்த ஆபத்துகள் ஏற்பட்டு மீண்டுவர முடியாத இக்கட்டுகளும் ஏற்பட்டன.

தமிழ் அவ்வாறு இல்லை. அது ஒவ்வொரு கால கட்டத்திற்கும் தன்னைப் புதுப்பித்துக் கொண்டு வந்திருக்கிறது.

தமிழுக்கு இக்கட்டான காலம் என்றால் அது இன்றைய காலகட்டமாகத்தான் இருக்கும். தமிழின் வரலாற்றில் தமிழரே தமிழில் பேசுவதை கேவலமாக நினைக்கும் கான்வென்ட் கலாசாரம் இன்று களைபோல வளர்ந்து கொண்டிருக்கிறது. சில கான்வென்ட்டுகளிலே தவறி விழுந்து அலறினால் கூட 'மம்மி' என்றுதான் அலற வேண்டும் என்ற கன்டிஷன் போட்டிருப்பதாக பத்திரிகைகளிலே செய்தி வருகிறது. அரசு, தமிழ்ப்பள்ளிக் கூடங்களை திறப்பதை அறவே நிறுத்திக் கொண்டு விட்டதால் இத்தகைய வருந்தத்தக்க நிலை ஏற்பட்டுள்ளது.

உலகத் தமிழ் மாநாடு கொண்டாடும் இந்த நேரத்தில் நிச்சயம் மகிழ்கிறோம். இந்த உலகில், இதுவரை உலக சீன மாநாடு என்றோ, உலக ஜப்பான் மாநாடு என்றோ, உலக ரஷ்ய மாநாடு என்றோ, ஏன் உலக ஆங்கில மாநாடும் கூட நடத்தாத வேளையில் தமிழுக்கு மாநாடு என்றால் மகிழ்ச்சிக்கு எல்லையே இல்லைதான். ஆனால், மாநாட்டுக் கொண்டாட்டத்தோடு நிறுத்திவிடாமல் தமிழ் வளர்ச்சிக்கு என்ன வெல்லாம் செய்யலாம் என்று சிந்தித்தேன்.

எப்படி சிந்தித்தும் மொழி வளர்ச்சி என்பது விஞ்ஞானத்தின் வளர்ச்சியோடு தொடர்புடையதாகவே தோன்றுகிறது.

தமிழை எப்படி வளர்ப்பது என்பதற்கு முன் 'ஆங்கிலம்' ஏன் வளர்ந்தது என்று யோசிப்போம்.

அய்ரோப்பிய கண்டத்தில் உள்ள மிகச்சிறிய நாடான இங்கிலாந்தின் மொழி இன்று உலகமெல்லாம் பரவி நிற்பதற்கு அந்தத் தேசத்தினர் என்ன முயற்சி எடுத்தனர்?

மொழியைப் பரப்ப அவர்கள் பெரிதாக முயற்சியே எடுக்கவில்லை என்பதே என் கருத்து.

இருந்தும் அமெரிக்கா, ஆஸ்திரேலியா, ஆப்பிரிக்கா, ஆசியா என்று அனைத்து கண்டங்களிலும் அவர்கள் மொழி செழித்துப் பரவியிருக் கிறதே எப்படி?

அவர்கள் விஞ்ஞானத்தை வளர்த்தார்கள்.

மொழி தானாக வளர்ந்தது.

நீராவி எந்திரங்கள், புகைவண்டி, மின்சார உபகரணங்கள், மின்காந்த விசைப் பொருள்கள் தொடங்கி இன்றைய கம்ப்யூட்டர் வரை இந்த உலகிற்கு அளித்தவர்கள் ஆங்கிலேயர்கள் தான். அந்தப் பொருள்களின், உபகரணங்களின் தேவையுள்ள நாட்டில் எல்லாம் ஆங்கிலமும் தேவையானது. அந்தப் பொருட்களின் இயங்குவிதம், பவுதிக காரணங்களும் தெரிந்து கொள்ள அவர்கள் எழுதிய ஆங்கில மொழிப் புத்தகங்களையே நாட வேண்டியிருக்கிறது. உலகத்தையே அவர்கள் ஆண்டார்கள். அதனால்தான் அவர்கள் மொழி உலகெங்கும் பரவியது என்று வாதிட்டாலும், அவர்களின் ஆளுமை சுருங்கிவிட்ட இந்த நிலையிலும் அவர்களின் மொழி நமக்கு அவசியமாக இருப்பதன் காரணம் இதுதான் என்பதை உணரவேண்டும்.

தாமஸ் எடிசன், தாம்சன், நியூட்டன், மைக்கேல் ஃபாரடே போன்ற தொடர்ச்சியான விஞ்ஞானிகள் இங்கிலாந்து மண்ணுக்குச் சொந்தக்காரரர்கள்: அவர்கள் இல்லையென்றால் தொழிற்புரட்சி தோன்றி யிருக்காது: தொழிற்புரட்சி ஏற்படவில்லையென்றால் இங்கிலாந்துக்காரரர்களுக்கு தங்கள் உற்பத்தி பொருள்களை விற்க வேண்டிய அவசியம் இருந்திருக்காது. அப்படி ஒரு அவசியம் அவர்களுக்கு ஏற்படவில்லை . யென்றால் தங்கள் வியாபாரத்திற்கு நாடு பிடிக்க வேண்டிய அவசியம் ஏற்பட்டிருக்காது.

ஆக, நாடு பிடித்தும் கூட வெறுமனே கொடி நாட்டிவிட்டுப் போவதற்காக இல்லாமல் அவர்களுக்கு ஒரு பயன்பாடு உள்ள செயலாகவே இருந்தது. உலகமெங்கும் ஆங்கிலம் பரவுவது

அவர்களுக்கு பயனுள்ளதாக இருந்தது போலவே பரவுகின்ற நாட்டிற்கும் பயனுள்ளதாக இருந்தது.

உலகிலேயே அதிகம் பேசப்படும் மொழி சீன மொழி.

எதற்காக அந்த மொழி அதிகம் பேசப்படுகிறது? சிம்பிள். அந்த நாட்டின் மக்கள் தொகை நூறு கோடிக்கும் மேல். அதனால் அந்த மொழி அதிகம் பேசப்படுகிறது. அதிகம் பேசப்படுவதால் எந்த மொழிக்கும் பெரிய சிறப்பு இல்லை என்று உணர்க.

உலகில் ஏழு கோடிக்கும் அதிகமாக தமிழர்கள் வசிக்கிறார்கள். ஆஸ்திரேலியாவில் வசிக்கும் ஒரு 'தமிழ்க் குடும்பத்தை எடுத்துக்கொள்வோம். குடியேறிய முதல் தலைமுறையினர் தமிழில் பேசுவார்கள். இரண்டாவது தலைமுறையினர் தமிழை ஞாபகப்படுத்திக் கொள்வார்கள் மூன்றாவது தலைமுறை? 'அவர். தமிழ்க் கற்றுக் கொள்ளச் சொல்வது ஒரு தமிழ்த் திணிப்பாகத்தான் இருக்கும்.

அவரைத் தமிழ்ப் படிக்கத் தூண்டுவதானால், சிறந்த தொழில் நுட்ப நூல்கள் தமிழிலேதான் வெளிவருகின்றன. சிறந்த இலக்கியங்கள் தமிழிலே தான் எழுதப்படுகின்றன' என்று உலகமே ஒப்புக் கொள்ளும் அளவுக்குத் தமிழர்கள் சகலத் துறை களிலும் முன்னேற வேண்டும்.

தமிழர்களின் முன்னேற்றம் தமிழின் முன்னேற்றமாக அமையும்; அமைய வேண்டும்.

9

எங்கள் குடும்பம்

பகுத்தறிவுவாதிகளாக உள்ளவர்கள் தமது குடும்பத்தினரோடு தங்கள் கருத்துக்களைப் பகிர்ந்து கொள்ள வேண்டும் என்பது என் அபிப்பராயம்.

வீட்டில் உள்ளோர், வெள்ளிக்கிழமை விரதம் சனிக்கிழமை நோன்பு, பூஜை புனஸ்காரங்களில் மூழ்கிக் கிடக்க, நாம் மட்டும் வெளியில் வந்து மூட நம்பிக்கைகள் ஒழிய வேண்டும்' என்று பேசிக் கொண்டிருப்பது பொருளற்றதாகிவிடும்,

'குடும்பத்தையே மாற்ற முடியாதவன் ஊருக்குச் சொல்ல வந்துவிட்டான்' என்ற பேச்சுக்கு ஆளாக நேரிடும்.

பகுத்தறிவாளர்களாக வாழுகிறவர்களைத்தான் இந்தச் சமுகம் உற்றுக் கவனிக்கிறது. பல்லாயிரக் கணக்கானவர்கள் கோயிலுக்கு வருவது பற்றி யாரும் பொருட்படுத்த மாட்டார்கள். ஆனால் பலருக்கும் அறிமுகமான ஒரு பகுத்தறிவுவாதியோ அல்லது அவர்கள் குடும்பத்தினரோ கோயிலுக்குச் சென்றால் அது கவனிப்புக்கு உள்ளாகிறது; குடும்பத்தினரை நாம் பகுத்தறிவாளர்களாக்க வேண்டுமானால்நாம்,குடும்பத்தினர் மதிக்கக்கூடியவர்களாக்கடமை உணர்வும், கொள்கையும், அன்பும் பாசமும் கொண்டவர்களாக வாழ்ந்து காட்ட வேண்டும்; குடும்பத்தில் உள்ள பெண்கள் குழந்தைகளின் கருத்துகளை - அது பிற்போக்குத் தனமானதாக இருந்தாலும் அதைப் புறக்கணித்து விடாமல் பொறுமையாகக் - கேட்டு ஒவ்வொன்றுக்கும் விளக்கம் சொல்லித் 'தெளிவுபடுத்த வேண்டியது அவசியம்!

குடும்ப அமைப்பு முறை என்ற ஒன்றை. நாம் ஏற்றுக் கொண்டிருக்கும் வரை அதை வெற்றிகரமாக்கிக் கொண்டு - குடும்பத்தோடு வாழ்க்கையே முடிந்துவிட்டது என்ற குறுகிய வட்டத்துக்குள் அடைத்துக் கொள்ளாமல் - சமுதாயத்துக்காக முடிந்த அளவில் தொண்டாற்ற வேண்டும் என்பதே எனது எண்ணம்!

மகிழ்ச்சிகரமான - வெற்றிகரமான சமுதாய உணர்வு படைத்த ஒரு பகுத்தறிவாளர் குடும்பத்தின் வெற்றியை பக்தி உணர்வுள்ளவர்கள் கண்கூடாகப் பார்க்கும் போது பகுத்தறிவுச்கொள்கையின் உண்மை. யையும் நேர்மையையும் புரிந்து கொண்டு அந்த வழியில் மாறுவதற்கு, நிச்சயமாக முயலுவார்கள்!

பகுத்தறிவை வாழ்க்கை நெறியாகக் கொண்ட ஒரு சமுகப் பிரிவு உருவாகுவதற்கு - குடும்பத்தை முதலில் நாம் பகுத்தறிவாளர்களாக மாற்ற வேண்டியிருக்கிறது; பகுத்தறிவுப் பாதையில் செல்லும் கணவர்களும் - தந்தையர்களும் பக்திப்பாதையில் செல்லுபவர்களை விட மனிதாபிமானத்துடன், நாகரிகத்துடனும், சுடமை உணர்வுடனும் இருக்கிறார்கள் என்பதை வீட்டில் உள்ளவர்கள் உணரும் போது அவர்களுக்கும் அந்தப் பாதையை எளிதில் விரும்பி ஏற்றுக் கொண்டு விடுவார்கள்!

பகுத்தறிவை வாழ்க்கை நெறியாகக் கொண்ட ஒரு பரந்த சமுகத்தை நாம் படிப்படியாக விரிவாக்கி கொண்டே போனால் அதுவே சாதியற்ற பேதமற்ற சுரண்டலற்ற சமுதாயமாக இருக்க முடியும்! இப்போதுள்ள சமுக அமைப்பின் ஒடுக்கு முறைகளை எதிர்த்து நாம் போராட வேண்டிய அதே நேரத்தில் பகுத்தறிவு நெறியிலான வாழ்க்கை முறையைப் பரவலாக்குவது ஒரு ஆக்கபூர்வமான செயல் என்றே நான் கருதுகிறேன்.

அந்த விஷயத்தில் என் குடும்பத்தினரை என்னால் முடிந்த அளவு மாற்றியிருக்கிறேன் என்ற திருப்தி எனக்கு உண்டு! "நான் முதன் முதலாக சென்னையில் வீடுகட்டிக் குடியேறும்போது கிரகப்பிரவேசம்' என்று ஒரு சடங்கினை நடத்தவேண்டும் என்ற பலரும் வற்புறுத்தினார்கள். உற்றார் உறவினர், நண்பர்கள் போன்ற - பலரையும் சமாதானப் படுத்துவதற்கு முன் நான் என் துணைவியாரை என் வழிக்குக் கொண்டு வருவதில் - கவனத்தைச் செலுத்தினேன்.

என் துணைவியார் மகேஸ்வரிதான் அந்த வீட்டின் கட்டுமானப் பணிகள் அனைத்தையும் பொறுப்பாய் இருந்து பார்த்துக் கொண்டவர். அதன் காரணமாகவே 'கிரகப்பிரவேச' சடங்கு பற்றி என் கருத்துக்களை அவரிடம் எடுத்துச் சொல்லி சம்மதம் பெறுவதை என் கடமையாக்க் கருதினேன். (நான் வீட்டைக் கட்டுவதற்கான பணி ஆரம்பிப்பதற்கு முன் ஒரு முறை அந்த இடத்தைப் பார்த்ததோடு சரி, அத்துடன் வீட்டை கட்டி முடித்தபிறகு தான் வீட்டைப் பார்த்தேன்),

உறவினர்கள் என்ன நினைப்பார்களோ என்று என் மனைவி கவலைப்பட்டாலும், மிகச் சுலபமாகப் பிற்போக்குத்தனமான சடங்குகளை உதறித்தள்ள முடிந்தது.

கடைசியாக கிரகப்பிரவேசம் செய்யாமலே ஒரு நாள் மாலை ஷூட்டிங் முடிந்து நேராக புது வீட்டிற்கு போய் குடி புகுந்தேன்.

முடிந்ததா?... வீட்டில் பூஜை அறை இருக்க வேண்டுமா என்று பிரச்சினை வந்தது. நானோ, எனது - துணைவியாரோ, மகள் திவ்யா, - மகன் சிபி ஆகியோரோ கடவுள் வழிபாடுகள் செய்பவர்கள் அல்ல, என் தாயார் நாதாம்பாள் இன்னும் சாமி கும்பிடுபவராக இருப்பதால் அவருக்காக பூஜை அறை ஏற்படுத்தியிருந்தோம். தாய் விஷயத்தில் நான் கறாராக இருக்க விரும்பவில்லை.

தேர்வுத் தாள்களில் விநாயகர் துணை, 'முருகர் துணை,' 'குல தெய்வம் அரசாயி துணை' என்று ஒரு தெய்வம் கை விட்டாலும் இன்னொரு தெய்வம் கை கொடுக்கும் என்று பல தெய்வங்களைத் துணைக்கு அழைக்கும் - மாணவப் பருவத்தைப் நம்மில் பலரும் கடந்து வந்திருக்கிறோம்.

என் மகன் சிபி கடவுள் நம்பிக்கை அற்றவன் என்பதோடு, வகுப்பில் 'டபுள் பிரமோஷன்' பெற்று முதல் மாணவனாக திகழ்ந்து வருகிறான் என்பதில் எனக்கு மிக்க மகிழ்ச்சி!

என் குழந்தைகளுக்கு கடவுள் நம்பிக்கை கிடையாதென்றால், என் சகோதிரி ரூபாவின் குழந்தைகளுக்கு கடவுள்களின் பரிச்சயமே கிடையாது.

ரூபா, அமெரிக்காவில் வாழ்ந்து வருகிறார். அவருடைய கணவர் திரு. சேனாபதி அவர்கள், ஆசிரியர் வீரமணி அவர்களின் நெருங்கிய நண்பர்.

சேனாபதி அவர்கள் ஒரு விஞ்ஞானி. டார்வினின் பரிணாம வளர்ச்சிக் கொள்கைக்கு மறுப்பாக ஓர் அராய்ச்சி நூல் வெளியிட்டிருக்கிறார். டார்வின் சித்தாந்தம், ஒரு செல் உயிரினம் தான் உலகில் உயிரினங்களின் மூலம் என்கிறது. அதிலிருந்துதான் பரிணாம வளர்ச்சி ஏற்பட்டு நரம்பு மண்டலம் உள்ள பிராணிகள், முதுகெலும்பு உள்ள பிராணிகள், ஊர்வன, பறப்பன, பாலூட்டிகள் போன்றவை தோன்றியதாகக் கூறுகிறது.

சேனாபதி அவர்கள் ஒவ்வொரு உயிரினமும் தனித்தனி உயிர்மூலங்களில் இருந்து உருவானதாகக் கூறுகிறார். அவர் எனக்கு கொடுத்தனுப்பிய அந்தத் தலையணை அளவு புத்தகத்தில் இருந்து அதற்கு மேல் புரிந்துகொள்கிற அவகாசம் எனக்கு இல்லை. மேலும் நிறைய தாவரவியல், விலங்கியல் பெயர்களும் லத்தீன் மொழியிலான பேரின, சிற்றின குறிப்புகளும் எனக்கு கொஞ்சம் அந்நியமானது.

ஆக அவர் ஒரு விஞ்ஞானி என்பதால் அவர்கள் குழந்தைகளுக்கு விநாயகர், முருகர் போன்றவர்களை யாரென்றே தெரியாது. ஆளே யாரென்று தெரியாத போது பக்தி' எப்படி வரும்?

என் சித்தப்பா மகள்களான நந்தினி, அகிலா. அபரிஜிதா மற்றும் என்னுடன் பிறந்த சகோதரியான கல்பனா ஆகியோரும் படித்தவர்கள். ஆதலால் அவர்களுக்குப் பிற்போக்குத்தனமான சிந்தனைகள் குறைவுதான். அதனால், படித்தவர்கள் எல்லாம், பகுத்தறிவுவாதிகள் என்று நான் சொல்ல வரவில்லை. படிப்பறிவு வேறு பகுத்தறிவு வேறு; என்பது நான் சொல்லி நீங்கள் தெரிந்து கொள்ள வேண்டியதில்லை.

சமீபத்தில் எங்கள் வீட்டிற்கு வந்திருந்த சகோதரி ஒருவரிடம் உண்மை இதழைக் கொடுத்துப் படிக்கச் சொன்னேன், அய்யய்யோ பெரியார் கட்சி பத்திரிகையா?" என்று முதலில் இதழைக் கையில் எடுக்கவே மறுத்தார். நான் அவரிடம் "எம்.ஜி.ஆர் நல்லா நடிக்கிறாரா? சிவாஜி நல்லா நடிக்கிறாரா?ன்னு தெரிஞ்சுக்கணும்னா ரெண்டு பேர் படத்தையும் பாத்துட்டுதானே சொல்லுவே?. இல்லே வெறும் எம்.ஜி ஆர். படத்தை மட்டும் பாத்துட்டு முடிவுக்கு வந்துருவியா?" என்றேன்.

"ரெண்டு பேர் படத்தையும்தான் பாத்துவிட்டு சொல்லுவேன்" என்றார்.

ஆத்திகமா? நாத்திகமா?ன்னு முடிவு பண்றதுக்கும் இதே விதிதானே? நாத்திகம்பற்றி தெரிஞ்சுக்காமலே நீயே ஒரு முடிவுக்கு வந்துட்டா எப்படி?" என்றேன்.

'உண்மை' இதழை எடுத்துப் புரட்டினார்.

"திருமணம் தேவையில்லாதது' என்று அய்யா அவர்கள் எழுதிய கட்டுரை அவருடைய கண்ணில்பட்டது.

"இதற்காகத்தான் சொன்னேன்" என்று மறுபடி இதழை கீழே வைத்துவிட்டார்.

அய்யாவும் திருமணம் செய்து கொண்டவர்தான் என்பதை எடுத்துச் சொல்லி மீண்டும் படிக்கச் சொன்னேன்,

கட்டுரையை முழுதும் படித்தார்.

"சரியாகதான் சொல்லியிருக்காரு" என்று கூறி முழு இதழையும் படிப்பதற்காக அதனைக் கையோடு கொண்டு போனார்.

பெரியார் மீது விரோதம் பாராட்டுகிறவர்கள் அவரது கருத்துகளைத் தெரிந்துகொள்ளதவர்களே; படிக்காதவர்களே என்பது என் எண்ணம்,

இயல்பான, சுலபமான நடையில், மாற்றார் மனம் - புண்படாத வண்ணம், விஞ்ஞான பூர்வமாக அவர் எடுத்து வைக்கும் கருத்துகள் அனைவரும் விரும்புவதாகவே இருக்கும். நாம் தான் நம் குடும்பத்தினருக்கு அய்யாவின் கருத்துகளை அறிமுகப்படுத்தி அதனை ஏற்கும்படி செய்ய வேண்டும்,

10

நானும் என் தொழிலும்

சினிமா துறையில் இருந்து கொண்டு பகுத்தறிவுவாதம் பேசுவதென்பது கோயில் அர்ச்சகர் நாத்திகவாதம் பேசுவதற்குச் சமம்.

சினிமாவில் தடுக்கி விழுந்தால் ஒரு மூட நம்பிக்கை மீதுதானே விழ வேண்டியிருக்கும்? (தடுக்கி விடுவதும் ஒரு மூட நம்பிக்கையாகத்தான் இருக்கும்.)

இந்த நடிகையை போட்டுப் படம் எடுத்தால் படம் ஓடவில்லை. அதனால் இவர் ராசியில்லாத நடிகை..

படத்தின் தலைப்பில் ஒன்பது எழுத்துக்கள் இருந்தால் தான் படம் ஓடும்.

படத்தின் ஆரம்பக்காட்சியை சென்டிமெண்டாக இந்த இடத்தில் ஆரம்பித்தால் படம் பிய்த்துக் கொண்டு ஓடும்.

படம் தயாரிக்கும் நிறுவனத்தின் அலுவலக பூஜை, படம் துவங்குவதற்கு என்று இன்னொரு பூஜை

படத்தின் காஸெட் வெளியீட்டு விழாவா?... கூப்பிடு அவரை! அவரை வைத்து வெளியிட்டால் படம் 100 நாள் ஓடுவதை யாராலும் தடுக்கமுடியாது.

தேங்காய் உடைத்து படப்பிடிப்பைத் துவங்கி, பூசணிக்காய் உடைத்து படப்பிடிப்பை முடிப்பது வரை சினிமாவும் அதைப் போர்த்தியுள்ள மூட நம்பிக்கையும் சொல்லி மாளாது.

படப்பிடிப்பு சார்ந்த வேலைகளிலேயே இத்தனை மூட நம்பிக்கைகள்

படத்தில்....

தாலியைக் கதாநாயகனாக வைத்து சுமார் அய்நூறு படங்களாவது வந்திருக்கும் என்பது உறுதி. பெண்களுக்கு நாய் லைசென்ஸ் மாதிரி கேவலப் படுத்தி அணிவிக்கப்படும் இந்த மஞ்சள் கயிற்றைத் தாக்கி இதுநாள் வரை பெரிய ஆட்சேபம் வரவேயில்லை.

ஆனால் நான் நடித்த 'தாய்மாமன்' படத்தில் ரெண்டு மனசு ஒத்துப் போயிட்டப் பிறகு தாலி எதுக்கு என்று ஒரு டயலாக் படம் பெற்றதற்கு சிலர் துண்டறிக்கை எல்லாம் வெளியிட்டு எதிர்ப்பு தெரிவித்திருக்கின்றனர்.

தமிழர் திருமண முறையில் தாலி இடம் பெற்றதே - மிகவும் பிற்காலங்களில்தான்.சங்கஇலக்கியங்களிலோ,சிலப்பதிகாரத்திலோ தாலி இடம் பெறவில்லை. ஆனால் சினிமாக்களிலோ உலகம் - - தோன்றுவதற்கு முன்பே தாலிதான் தோன்றியது போல திரும்ப திரும்ப சித்ரிரித்து அதற்கு உரிய மகிமை எல்லாம் இருப்பது போல, அம்மன் சிலை பேக்ரவுண்டில் பம்பை, உடுக்கை எல்லாம் இசைத்து மக்களை நம்ப வைத்து விட்டார்கள்.

ஒரு தமிழ்ப் படம் வெளிவந்தால் மக்கள் மூடநம்பிக்கையின் இரண்டுபடிகளை ஏறிக்கடக்கிறார்கள் என்றுகூட வெளிப்படையாக சொல்லியிருக்கிறேன்.

நான் நடித்த படங்களில் மூடநம்பிக்கை இல்லை என்று சொல்லவில்லை. நான் நடித்த படங்களிலும் இவை எல்லாமே உண்டு.

'நான் நடித்த ஒரு படத்தில் என் தங்கைக்கு வளைகாப்பு நடக்கும். தங்கைக்கு வளையல் போடுவேன். "உன் வாழ்க்கை மங்கலகரமாக இருக்கறதுக்கு இந்த மஞ்சள் வளையல். உன் வாழ்க்கை பசுமையா இருக்கறதுக்கு இந்த பச்சை வளையல்...." என்று கூறியபடியே வளையலை அணிவிப்பேன். ஒவ்வொரு கலருக்கும் ஒவ்வொரு செண்டிமெண்ட் இருப்பது அந்தப் படத்தைப் பார்த்தபிறகு தான் 'மக்களுக்குத் தெரியவந்திருக்கும்.

சமீபத்தில் ஒரு கேசட் வெளியீட்டு விழாவில் கலந்து கொள்ள என்னை அழைத்திருந்தார்கள். விழா நடந்து கொண்டிருந்தபோது "சத்யராஜ் கேசட் வெளியிடும் படங்கள் எல்லாம் நூறு நாட்கள் ஓடுகின்றன. அது அவருடைய கைராசி" என்று புகழ ஆரம்பித்து விட்டார்கள்.

அடுத்து நான் பேசவந்தபோது, " எனக்கு இந்த ராசியில் எல்லாம் நம்பிக்கை இல்லை. நான் பெரியாருடைய கொள்கைகளால் ஈர்க்கப்பட்டவன். நான் கேசட் வெளியிட்டால் அந்தப் படம் நன்றாக ஓடுகிறது என்பது வேடிக்கையாக இருக்கிறது. இந்த செண்டிமெண்ட்டை உண்மையாக்க வேண்டுமானால், அடுத்து என்னை விழாவிற்கு அழைக்கும் போது படத்தின் கதை, டெக்னீஷியன்கள் பற்றி யெல்லாம் விசாரித்துக் கொண்டு, ஓடுமா ஓடாதா என்று முடிவு செய்து கொண்டுதான் விழாவிற்கு - வரவேண்டியிருக்கும்" என்று பேசினேன்.

இத்தகைய சூழ்நிலையில் நானே இயக்கி நடிக்கும் 'வில்லாதி -

தமிழ்மகன் | 41

வில்லன்' படத்தைப்பற்றி திரைத்துறையிலும், மக்களிடத்திலும் ஒரு வித ஈர்ப்பு இருப்பதை உணர்கிறேன். இவ்வளவு பேசிவிட்டு இப்படி ஒரு படத்தை எடுத்திருக்கிறாரே என்று கூறிவிடக் கூடாது. அதே நேரத்தில் இரண்டு கோடி ரூபாய் முதலீட்டில் தயாரிக்கப்படும் படத்தில் இவருடைய கருத்துக்களைத் திணித்து ஜனரஞ்சகத்தை குறைத்தவிட்டாரே என்றும் யாரும் குறை படக்கூடாது என்பதில் தெளிவாக செயல்படுகிறேன்.

பகுத்தறிவுக் கருத்துக்களோடு படம் எடுப்பதில் எவ்வளவு சிக்கல் இருக்கிறது என்பதை மிக சீக்கிரத்திலேயே உணர்ந்தேன்.

'உன்னைச் சொல்லி குற்றமில்லை -

என்னைச் சொல்லி குற்றமில்லை...'

மெட்டில் பாட்டொன்று வேண்டுமென்று கவிஞர் வைரமுத்துவிடம் கேட்டேன். - நான் குறிப்பிட்ட பாடலின் அடுத்த வரிகளைப் பாருங்கள்..."

'காலம் செய்த கோலமடி

கடவுள் செய்த குற்றமடி'

நாம் காலம் நேரத்தை நம்பாதவர்கள், கடவுளையும் நம்பாதவர்கள், பாடலின் ஒவ்வொரு வரியிலும் எவ்வளவு கவனமாக இருக்க வேண்டியிருக்கிறது பாருங்கள்!

ஒரு வழியாக,

"சொல்லித்தருவதில் தந்தை பெரியார் போல

அள்ளித் தருவதில் வள்ளல் எம்.ஜி.ஆர். போல'

என்ற பல்லவியோடு பாடலை எழுதி முடித்தோம்.

நான், மூன்று வேடங்களில் நடிக்கும் இந்தப் படத்தில் என்னுடைய ஒரு பாத்திரத்துக்குப் பெயர் 'எடிசன்' அந்தப் பெயரை அவன் தானே தனக்கு வைத்துக்கொள்வான்.

அந்தப் பாத்திரம் ஒரு அநாதை. பெயரே இல்லாமல் திரிந்து கொண்டிருப்பவன் ஒரு முறை ஒரு பள்ளிக் கூடத்தில் (மழைக்காக) ஒதுங்கிய போது வகுப்பில் ஒரு ஆசிரியர் பாடம் நடத்திக் கொண்டிருக்கிறார்.

தாமஸ் ஆல்வா எடிசன் கண்டுபிடித்ததை யெல்லாம் பட்டியல் போட்டுக் கொண்டிருக்கிறார்.

அட நமக்கு யூஸ் ஆகற எல்லாப் பொருளையும் இவர்தானே கண்டுபிடிச்சிருக்காரு'ன்னு முடிவு செய்து எடிசன்' என்று பெயர் வைத்துக் கொள்வான்.

கதையோடு விஞ்ஞானத்தையும் சொல்லியதில் - ஒரு வித திருப்தி!

11

ஒழிக்க வந்தவர்

உடல் நலக்குறைவு காரணமாக அமெரிக்கா சென்று திரும்பியிருக்கும் வீரமணி அய்யா அவர்கள் என்னிடம் தொலைபேசியில் தொடர்பு கொண்டு பேசினார்கள்.

அமெரிக்காவில் வசிக்கும், என் மைத்துனர் சேனாபதி அவர்களைச் சந்தித்ததையும், உண்மை இதழில் வந்து கொண்டிருக்கும் வாக்குமூலம்' தொடருக்கு அங்கு நிறைய வரவேற்பு இருப்பதையும் கூறினார்கள்.

பல்லாயிரம் மைல் தூரத்தில் இருந்து எனக்கு கொண்டு வரப்பட்ட பாராட்டு மகிழ்ச்சியையும், உத்வேகத்தையும் தந்தது. தமக்கிருக்கும் பல்வேறு சமூகப் பணிகளுக்கிடையே எனக்கு இந்தத் தகவலை தெரிவித்து ஊக்கப்படுத்தியதற்கு வீரமணி அய்யா அவர்களுக்கு நன்றி தெரிவித்துக் கொள்ளவும் சுடமைப் பட்டிருக்கிறேன்.

இந்த நேரத்தில் வீரமணி அய்யா அவர்களை நான் - முதன் முதலாக சந்தித்ததைக் கூறவேண்டும்.

அப்போது நான் 'வாத்தியார் வீட்டுப் பிள்ளை' என்ற படத்தில் நடித்துக் கொண்டிருந்த நேரம். ஒரு வாடகை வீட்டில் குடியிருந்து வந்தேன். இந்த அளவுக்கு பிரபலமாகாத நேரம், ஒருநாள் மாலை என் மைத்துனர் சேனாபதியுடன் வீரமணி அய்யா அவர்கள், திடுதிப்பென்று என் வீட்டிற்கு வந்தார்.

எனக்கு அதிர்ச்சியும், ஆனந்தமுமாக இருந்தது.

அவ்வளவாக பிரபலமடையாத என் வீட்டிற்கு, நான் அழைக்காமலேயே வந்திருந்தது எனக்கு மிகவும் மகிழ்ச்சியாக இருந்தது. - "இன உணர்வு உள்ள ஒரு நடிகர் பிரபலமாகி வருவதும்... இன உணர்வை வெளிப்படுத்தி வருவதும் பாராட்டுக்குரியது" என்று கூறினார்.

உண்மையில் அப்போது நான் இன உணர்வை அப்படியொன்றும் வெளிப்படுத்தியிருக்கவில்லை. கடவுள் வழிபாட்டில்

நம்பிக்கையற்றவன் என்று கூட வெளியில் பலருக்குத் தெரிந்திராத நேரம். வீட்டில் உள்ளவருக்கும், நண்பர்களுக்கும் தான் நான் கடவுள் நம்பிக்கையற்றவன் என்பது தெரியும்,

ஆனால், இவர் இப்படி பாராட்டியதும் இன உணர்வை வெளிப்படுத்தவும், கடவுள் நம்பிக்கைபோன்ற மூட நம்பிக்கைகளை உதறிய பகுத்தறிவுவாதி நான் என்பதைக் கூறவும் தொடங்கினேன்,

பாராட்டுக்கள் தெம்பையும் உற்சாகத்தையும் ஏற்படுத்தவல்லன.

இப்போது வாக்குமூலம் தொடர் எழுதத் துவங்கியதில் இருந்து கழகத் தோழர்கள் பலர் கடிதம் எழுதி கருத்து சொல்கிறார்கள். ஓட்டேரி குப்புசாமி ஒவ்வொரு இதழையும் அனுப்பி வைத்து, கூடவே பழைய செய்தித்தாள் குறிப்பையும் கூட அனுப்பி வைப்பார். இந்த நேரத்தில் இப்படி உத்வேகம் கொடுத்த தோழர்களுக்கும் நன்றி தெரிவித்துக் கொள்கிறேன்,

இத்தனைப் பாராட்டுகளுக்கும் உரியவன்தானா நான் என்று சிந்தித்துப் பார்க்கிறேன்.

அய்யா அவர்கள் சொல்லாத புதிய கருத்துகள் எதையும் நான் சொல்லவில்லை. அவர் கூறியதில் லட்சத்தில் ஒரு பங்கும் கூட கிடையாது.

நான் ஒவ்வொரு இதழுக்கும் எந்த விஷயத்தைச் சொல்வது என்று தயங்குவதை ஒப்புக்கொள்ளத்தான் வேண்டும்.

ஆனால் பெரியார் அவர்கள் சுமார் அறுபது ஆண்டுகள் தமிழினத்தின் நலனுக்காக ஓயாமல் பேசியும், எழுதியும் வந்திருக்கிறார்கள்.

அவருக்கு ஓயாமல் தமிழினத்திற்கு சொல்வதற்கு செய்திகள் சுரந்தது எங்ஙனம்?

முதலாவது அவர் சிந்தனையாளர், இரண்டாவது அவர் கட்டுப்பாடுகளை கடந்த சமூகப் புரட்சியாளர்.

எந்த விஷயத்தைச் சொல்வதற்கும் அவர் தயங்கியதே இல்லை. அவர் வார்த்தைகளில் உண்மை ஒளிர்ந்தது.

‘மண்டைச் சுரப்பை உலகு தொழும்

மனக்குகையில் சிறுத்தை எழும்’

என்று பாவேந்தர் எழுதியதும் இதனால்தான்,

ஆக, அவர் எழுதியதைவிடவும், பேசியதை விடவும் பெரிதாக நானோ வேறு யாரோ இன்றைய தேதியில் கூறிவிடமுடியாது.

ஆனால் பெரியாரின் தத்துவங்கள் வளர்த் தெடுக்கப் படாமல் இப்படியே இருக்க வேண்டும் என்று இதற்குப் பொருளல்ல.

பெரியாரின் தத்துவங்கள் வளர்த்தெடுக்க முடியாத இறுகிய தன்மை கொண்டதும் அல்ல.

ஆரம்பத்தில் காங்கிரசாரும், அடுத்து கம்யூனிஸ்ட்டுகளும் பெரியாரின் கருத்துகளோடு போராடி ஓய்ந்து போனதை நான் விளக்கித் தெரிந்து கொள்ள வேண்டியதில்லை.

பெரியார் இந்த மக்களுக்கான சித்ததாந்தத்தை ஏதோ வெளிநாட்டு நூல்களைப் படித்தோ, வெளிநாட்டு இயக்கங்களைப் பின்பற்றியோ உருவாக்கவில்லை. பெரியாருடைய சிந்தனைகள், இந்த நாட்டுக்கே உரிய பிரத்யேகப் பிரச்சினைகளை அலசி ஆராய்ந்து தோன்றியவை.

வர்ணாசிரம ஒழிப்பு

கடவுள் நம்பிக்கை ஒழிப்பு

பால்ய விவாக ஒழிப்பு

கைம்பெண் முறை ஒழிப்பு

என்று இந்த சமுகத்தைப் பீடித்திருந்த பல்வேறு மூடத்தனங்களை ஒழிப்பதையே தன் வாழ்நாள் லட்சியமாகக் கொண்டு வாழ்ந்த தலைவர் பெரியார்.

மற்ற தலைவர்கள் எல்லாம் நான் இதை ஏற்படுத்தி விடுவேன். அதை உருவாக்கி விடுவேன். இதை உருவாக்கி விடுவேன் என்று சவால் விடுவதாக இருப்பதைப் பார்த்த தமிழ் மக்களுக்கு பெரியாரின் பேச்சில் நம்பிக்கையும், இயல்பாகவே ஈடுபாடும் ஏற்பட்டதற்கு இதுவே காரணம் என்று நான் கருதுகிறேன்.

ஏன் சமீபத்தில் பெரியார் திடலில் இருந்து எனக்கு அனுப்பி வைக்கப்பட்ட பாடல் கேசட் ஒன்றின் பெயர் கூட 'மடமையை மாய்ப்போம்' என்று தான் இருந்தது.

சிதிலமாகிக் கிடக்கிற அடித்தளத்தின் மேல் அலங்கார அடுக்குமாடிகள் கட்டி என்ன பயன்? அதனால் தான் பெரியார் ஏற்கெனவே இருந்த சமுகப் பிரச்சினைகளைத் தீர்த்து வைப்பதில் கவனம் செலுத்தினார்.

அதேபோல மற்ற தலைவர்கள் எல்லாம் நான் சொல்கிறேன்... நீங்கள் கேட்டுக்கொள்ளுங்கள் என்ற பாணியில்தான் பேசுவார்கள். அய்யா அவர்கள் அப்படி என்றுமே பேசியதில்லை. 'எனக்கு சரியென்றுபடுவதை சொல்லுகிறேன். இதை, உங்கள் பகுத்தறிவைக் கொண்டு சிந்தித்து, சீர்தூக்கிப் பார்த்து செயல்படுங்கள்' என்று தான் கூறுவார்.

ஆகையினால்தான் உலகத்துத் தலைவர்களுக்கெல்லாம் உயர்ந்தவராக இருக்கிறார் பெரியார்.

12

சிக்கனம்

பெரியாரா? பிள்ளையார் சிலைகளைப் போட்டு உடைப்பவராயிற்றே?

இப்படித்தான் பெரும்பாலானவர்களின் மனதில் அய்யா அவர்கள் பதிந்திருக்கிறார். அவரது கருத்துகளில் மக்கள் கவனங்களுக்குப் போய்ச் சேராதவை ஏராளம்; அவைகள் மிக மிக முக்கியமானவையும் கூட

வாழ்வியலுக்கு அவர் தந்த விளக்கங்கள் வேறு எந்த சிந்தனையாளர்களும் கூற முற்படாதவை அழகியல் பற்றியும், ஆடை அணிகலன்கள் பற்றியும், பாலியல் பற்றியும் அவர் கூறியுள்ள கருத்துக்கள் தொலை நோக்கும், பரந்துபட்ட மக்கள் நலனும் கொண்டவை.

சிக்கனமாக செலவு செய்ய வேண்டும் என்று பெரியார் தம் வாழ்நாளெல்லாம் வலியுறுத்தி வந்திருப்பது பலருக்குத் தெரியாமல் இருக்கும்.

ஆண்டு 365 நாளும் ஏதாவது பண்டிகைக்கும், விழாக்களுக்கும் தமிழர்கள் வீண் செலவு செய்வதை அய்யா அவர்கள் கண்டித்தார.

எல்லா நாட்களும் இறைவனுக்கான நாட்களாகி விட்டன. மனிதர்களுக்குத்தான் இங்கு நாட்களே இல்லை .

சாதாரணமாக அய்நூறு ரூபாய் வாடகை உள்ள வீட்டில் நூறு ரூபாய் இடத்தை கடவுள் ஆக்கிரமித்து விடுகிறார். கோயில்களே, வீடுகளைப் போல மலிந்து கிடக்கிற நாட்டில் இப்படி வீட்டிற்கு வீடு கடவுள்களைக் குடி வைக்க வேண்டுமா என்று யோசிக்க வேண்டும்.

கடவுள்களுக்கு இவ்வளவு பாதுகாப்பு கொடுக்கிற நாடு இந்தியா ஒன்றாகத்தான் இருக்கும். நான் அமெரிக்கா சென்றிருந்தபோது நம்மூர்களில் இருப்பது போல ரோட்டோரங்களில் பாத்ரூம் சைஸ் கோயில்களையோ அல்லது சந்து முனைக்கு சந்து முனை, பெண்

பார்க்கும் படலத்தில்' மும்மரமாக ஈடுபட்டிருக்கும் பிள்ளையார் போன்ற அசட்டு சாமிகளையோ பார்க்கவே முடியவில்லை. அரிதாகவே அங்கு 'சர்ச்கள் இருக்கின்றன.

கடவுள்களைக் காப்பாற்ற ஓயாமல் அடிதடியில் இறங்கியிருக்கும் நம்மைவிட - அந்த நாடுகளைத்தான் 'கடவுள்கள்' செழுமையாக வைத்திருக்கிறார்கள் என்று எண்ணியாவது கடவுள்களை நாம் கைவிட வேண்டும்.

வீடு தோறும் நூலகம் அமைக்கவோ, குழந்தைகளின் படிப்பு செலவுக்கோ, தமிழன் செலவிடும் பணத்தை விட இறை நம்பிக்கை என்னும் ஊதாரித்தனத்திற்கே அதிகப் பணம் விரயமாகிறது.

இறைவனுக்கு ஆறுகால பூஜை நடத்தி கவனித்து வந்தால், அவரும் நம்மை நன்றாக வைத்திருப்பார் என்று நினைப்பது எவ்வளவு கேவலம்?

லஞ்சம் கொடுத்து காரியம் சாதிக்கிற கோணல் புத்திக்கு கொஞ்சமும் சளைத்ததில்லை இது.

நாம் கொஞ்சம் பகுத்தறிவோடு சிந்தித்தால் இத்தகைய வீணான வழிபாட்டு முறையை விட்டுவிட முடியும்.

வாங்குகிற சம்பளத்தை இப்படி வீணான செலவு செய்து விட்டு, கடன் வாங்கியும், கையாடல் செய்தும் பிழைக்கிற முறை அப்போதுதான் மாறும்.

இறைவழிபாடு என்பது 'பேராசை' என்பதன்றி வேறு இல்லை. எது எப்படிப் போனாலும் தான் மட்டும் வசதியாக இருக்க வேண்டும் என்ற எண்ணம் தான் கடவுளை வழிபடத்தூண்டுகிறது. மனிதனின் பலவிதமான சிக்கல்களுக்கு மூல காரணம் இந்தப் பேராசைதான்.

கோயம்புத்தூரில் இருந்து வந்து இன்று நான் பிரபலமான நட்சத்திரமாக இருப்பதற்காக மகிழ்ச்சியும், திருப்தியும் அடைகிறேன்.

அதே சமயம் ரஜினிகாந்த் போல ரசிகர் பட்டாளமும், சம்பளமும் எனக்கும் வேண்டும் என்று நான் எதிர்பார்க்கத் துவங்கினால், பேராசை தலை எடுக்கும். பிரச்சினைகள் எழும்.

அதற்காக ரிக்ஷா ஓட்டிக் கொண்டிருப்பவர் அதிலேயே திருப்திப்பட்டுக் கொள்ள வேண்டும் என்பதல்ல அதற்கு அர்த்தம். வாழ்க்கைத் தரத்தை உயர்த்திக் கொள்ள முயற்சி எடுக்க வேண்டும் என்பதில் மாற்றுக் கருத்து இருக்க முடியாது.

அடிப்படைத் தேவைகளைப் பூர்த்தி செய்யும் அளவுக்கு நம் வருமானம் உயர வேண்டும் என்பது உண்மையே. ஆனால் அடிப்படைத் தேவைக்கு அளவீடு என்ன என்பதுதான் சிக்கல்.

உதாரணமாக பிரயாணம் செய்வதற்கு எனக்கு கார் ஒன்று தேவை. கார்கள் ஒரு லட்சம் ரூபாயில் இருந்து ஒரு கோடி ரூபாய் வரையில் விற்பனைக்கு வந்திருக்கின்றன. .

இதில் ஒரு கோடி ரூபாய் காரை வாங்கி வைத்துக் கொண்டு அது என் அடிப்படை தேவை என்று கூற முடியுமா?

அப்படிப்பட்டதொரு காரை வாங்கிவிட்டு அதில் கீறல் விழுந்து விட்டதென்றோ , அதன் மீது ஒருவர் கை ஊன்றி நிற்கிறாரென்றோ வருத்தப்பட்டுக் கொண்டிருப்பது தேவையா?

நான் இப்போது பயன்படுத்தும் கார் அய்ந்து ஆண்டுகளுக்கு முந்திய அம்பாசிடர் கார். புதிது புதிதாக கார் வாங்கிச் சேர்க்கிற ஆசையெல்லாம் என்னிடம் ஒரு போதும் இருந்ததில்லை.

என் நண்பர்களில் சிலர் வெளிநாடு செல்லும் போது அங்குள்ள உயர்தரமான வாட்சுகளின் பெயர்களைச் சொல்லி, ‘அதை வாங்கி வரட்டுமா?” என்பார்கள். எனக்கு அத்தகைய விஷயங்களில் ஈர்ப்பு இருந்ததில்லை.

பெரும்பாலோர் நேரம் பார்ப்பதற்காக கடிகாரம் அணிவதைவிட, தமது பெருமையைக் காட்டுவதற்காகவே அதனை அணிகிறார்கள். நேரம் பார்க்க கடிகாரம் காட்டுவது அடிப்படைத் தேவை, பெருமைக்காக கடிகாரம் கட்டுவது ஆடம்பரத் தேவை.

பெரியாரின் எளிமையையும், சிக்கனமும் பலருக்குத் தெரிந்ததுதான். சமீபத்தில் பெரியாரின் சிக்கனப்போக்கு பற்றி நான் படித்த பத்திரிகைச் செய்தி என்னை சிலிர்க்க வைத்தது.

பெரியார் ஒரு முறை லண்டனுக்குச் சென்றிருந்த போது நடந்த நிகழ்ச்சி அது. அங்கு பெரியார் தங்கியிருந்த ஓட்டல் லாட்ஜிலேயே ஜிடி நாயுடு அவர்களும் தங்கியிருந்த விஷயம் தெரிய வருகிறது. தொலை பேசியில் இருவரும் பேசிக்கொள்கிறார்கள்.

ஜி.டி.நாயுடு அவர்கள், “நான் இப்போது சாப்பிடுவதற்காக கீழே உள்ள ஓட்டலுக்குப் போய்க் கொண்டிருக்கிறேன். நீங்களும் அங்கு வந்துவிட்டால் பேசுவதற்கு வசதியாக இருக்கும்” என்று கூறியிருக்கிறார். ஜிடி நாயுடு ஆர்டர் செய்துவிட்டு வந்திருக்கும் போதுதான் அய்யா அவர்கள் அங்கு வந்து சேர்ந்திருக்கிறார். சர்வர் இருவருக்கும் உணவு பரிமாறுவதைப் பார்த்த அய்யா அவர்கள் “நான் இப்போதுதான் சாப்பிட்டேன்” என்று கூறியிருக்கிறார்.

“இருந்தாலும் கொஞ்சமாவது சாப்பிடுங்கள்” என்று வற்புறுத்தியிருக்கிறார் நாயுடு.

அய்யா அவர்கள் “மூச்சு பிடிக்க சாப்பிட்டாயிற்று” என்று பிடிவாதமாக மறுத்து விட்டார்.

"சரி பரவாயில்லை" என்று நாயுடுவும் விட்டு விட்டார்.

அய்யா அவர்கள் டேபிளின் மீது கிடந்த உணவுப் பொருள்களைக் காட்டி "இதன் விலை என்ன?" என்று கேட்டிருக்கிறார்.

அன்றைய இந்திய ரூபாய் மதிப்புப்படி "முன்னூறு ரூபாய்" என்று கூறியிருக்கிறார் நாயுடு.

ஆடிப்போய் விட்டாராம் அய்யா.

"இவ்வளவு பணம் வீணாகிறதா?' என்று டேபிளின் மிது இருந்த அத்தனை உணவுப் பொருள்களையும் ஒரு துளி பாக்கியில்லாமல் சாப்பிட்டு முடித்திருக்கிறார் பெரியார்.

பெரியார் போன்ற பெரிய செல்வந்தர் இப்படி வாழ்ந்திருக்க வேண்டிய கட்டாயமே இல்லை. ஆகவே அவரது சிக்கனத்தை யாருமே கருமித்தனம் என்று கொச்சைப்படுத்த முடியாது.

காந்தியடிகள் கள்ளுக்கடை மறியல் செய்தபோது அப்போது காங்கிரஸ் இயக்கத்தில் இருந்த பெரியார் அவர்கள் தம் தோப்பில் இருந்த தென்னை மரங்களையெல்லாம் வெட்டிச் சாய்த்த துணிவு, கருமியாயிருந்தால் தோன்றியிருக்குமா?

கருமித்தனத்திற்கும், ஆடம்பரத்திற்கும் இடையில் உள்ள இனிய வாழ்வியலுக்கு பெரியாரே ஒரு பகுத்தறிவுப் பாடமாகத் திகழ்கிறார்.

13

தனித்துவம்

'தமிழன் என்றொரு இனமுண்டு தனியே அதற்கொரு குணமுண்டு' என்பது போன்ற பாடல்களைக் கேட்கும் போது பெருமிதமாகத்தான் இருக்கிறது.

மூவாயிரம் ஆண்டுகளுக்கு முன் மொழிக்கு இலக்கணம் வகுத்த தொல்காப்பியம், இரட்டை வரிகளில் வாழ்வியல் தத்வங்களை உரைத்த வள்ளுவன், கடவுள்கள் பற்றியே புராண இதிகாசங்கள் படைத்துக் கொண்டிருந்த நேரத்தில் மனிதர்கள் பற்றி எழுதப்பட்ட காவியமான சிலப்பதிகாரம், கல்லணை கட்டிய கரிகாலன், வடபுலத்தை வென்று திரும்பிய செங்குட்டுவன், சங்கம் வைத்து மொழிவளர்த்த சிறப்பு. என்று அடுக்கிக் கொண்டே போகலாம்,

இங்கிலாந்தில் இருந்து வந்து தமிழ் கற்ற கால்டுவெல் போப் அவர்கள் தமிழின் சிறப்புணர்ந்து, தம் கல்லறையில் மீது 'நான் ஒரு தமிழ் மாணவன்' என்று எழுதிவைக்கும்படி விருப்பம் தெரிவித்ததும் தமிழுக்குக் கிடைத்த பெருமைதான்!

அத்தகைய தனிப்பெரும் சிறப்புகள் எல்லாம் இப்போது என்னவாயின?

தமிழருக்கென்று தனியாக உடைகள் உண்டா? வேட்டி அணிந்தால் பாமரன் என்றும், அவமானத்திற்குரியது என்றும் கூறி தமிழ் மண்ணுக்கு ஒவ்வாத உடைகளை தமிழர்கள் அணிவதைப் பார்க்கிறோம்.

உணவு முறையை எடுத்துக் கொண்டால், தேனும் தினைமாவும், கேழ்வரகுக் கூழும், கம்பும், அரிசிச் சோறும் போய் தண்டூரி அய்ட்டம், பாவுபாஜி, கொக்கோகோலா என்று தமிழர்கள் மாறி வரு கிறார்கள். கூழும், தினைமாவும், அரிசிச் சோறும் தாழ்த்தப்பட்ட உணவுகளாகிவிட்டன.

வேறு உணவு வகைகளே சாப்பிடக்கூடாதென்று நான் கூறுவில்லை. தமிழர்கள் தம் உணவுப் பழக்கங்களை தாழ்வானவையாக நினைப்பது ஏன் என்று கேட்கிறேன்.

யாரேனும் கூழ் குடித்தால் உடம்புக்கு ஆபத்து... உடலுக்கு கேடானது என்றார்களா? இல்லையே... நாகரிகத்திற்கு ஏற்ப உணவிலும் மாற்றம் வேண்டும் என்றால் கேழ்வரகிலும், அரிசிச் சோற்றிலும் தானே புதுமைகள் புகுத்தி, கவையைக் கூட்டியிருக்க வேண்டும்? பாவுபாஜியும், பட்டர் ஜாமும் எப்படிப் புகுந்திருக்க முடியும்? தமிழர்களின் தாழ்வு மனப்பான்மையே இத்தகைய மாற்றத்திற்குக் காரணம் என்று உணர்க.

'விவசாயம்' இன்று நேற்று தோன்றிய உற்பத்தி முறை அல்ல. அதிலும் நாம் என்ன புதுமைகள் செய்கிறோம்? இருபது ஆண்டுகளுக்கு முன்புவரை, கிணற்றில் இருந்து மாடுகளை வைத்து நீர் இறைத்து, - இரும்புக் கம்பிகளால் நிலத்தைக் கீறி, உழுது பயிரிட்டு விவசாயம் செய்கிறோம்.

இந்தியா போன்ற ஒரு விவசாய நாடு. விவசாயத்தில் புதுமைகள் கொண்டு வந்திருக்க வேண்டுமல்லவா?

வெளிநாடுகளில் யாரோ கண்டுபிடித்த டிராக்டர்களையும், பம்பு செட்டுகளையும் இறக்குமதி செய்து கொண்டதில் என்ன புதுமையிருக்கிறது?

இவைகளா தனிச்சிறப்பு?

எந்த ஒரு நாட்டிலும் புதுமைகள் தோன்றியது எப்படி என்று யோசிப்போம்.

ஐய்ரோப்பிய நாடுகள்தாம் நாம் இன்று பயன்படுத்தும் உபகரணங்களை எல்லாம் கண்டு பிடித்துக் கொடுத்தன. அவர்களால் மட்டும் இது எப்படி சாத்தியப்பட்டது? நம்மைப் போலவே அவர்களும் மனிதர்கள்... தேவர்கள் அன்று.

உற்பத்தியால் விளைந்த செல்வங்களை அவர்கள் தம் வாழ்க்கைக்குச்செலவிட்டனர். உபரிசெல்வத்தைஎன்னசெய்தனர்?

இங்கிருந்த மன்னர்கள் செய்தது போல் கோயில்கள் கட்டி குவிக்கவில்லை. அவைகளுக்கு பொற்கூரை வேயவில்லை. உற்சவங்கள், விழாக்கள் என்று வீணடிக்கவில்லை.தம்மைப் புகழ்ந்து பாடிய புலவர்களுக்கு பொன் முடிப்பும், தம்மை மகிழ்வித்த நாட்டியக்காரிக்கு மாளிகையும் கட்டித்தரவில்லை. தஞ்சை கோபுரமும், பொற்கூரை வேய்ந்த சிதம்பரம் நடராஜன் கோயிலும், தாஜ்மகாலும் கலைப்பொக்கிஷங்கள் தான் ஆனால், அவைகள் மன்னர்களின் வறட்டுக் கவுரங்களை சொல்லுகின்றனவே, அன்றி

மக்களுக்கு எந்த வகையில் பயன் அளித்தன? நீரிறைக்கும் எந்திரங்களையோ, மிகுந்த உற்பத்தித் திறன் கொண்ட மற்ற பல கருவிகளையோ படைப்பதற்கு மன்னர்கள் உதவி புரிந்திருந்தார்களேயானால், அது சமூக வளர்ச்சிக்குப் பெரிதும் பயன்பட்டிருக்கும். அல்லது கலைப் பொருட்களோடு இவைகளிலும் கவனம் செலுத்தியிருந்தால் மக்களுக்கு உதவியாக இருந்திருக்கும்.

நம் தேவைகளைப் பூர்த்தி செய்து கொள்வதற்கு வழி செய்து கொள்ளாத இனம் தாழ்வு மனப்பான்மை கொண்டு எல்லாவற்றையும் இரவலாக வாங்கி பூர்த்தி செய்ய முயற்சிப்பதன் விளைவுதான் தண்டூரி வகை உணவும், பாவுபாஜியும் என்று நான் நினைக்கிறேன்.'

பல சிறப்புகள் பெற்றிருந்த தமிழினம் இடையே இப்படி தனித்தும் இழந்து சிந்தனை வளர்ச்சியின்றி போனதற்கு வர்ணாசிரமம் வகுத்த கொடிய கொள்கைகள் தான் காரணம் என்பது சிந்தித்தால் விளங்கும்.

14

திராவிடம்

திராவிடர்கள் என்ற வார்த்தை எப்படி எப்படியோ அர்த்தப்படுத்திக் கொள்ளப்பட்டு வந்திருக்கிறது. இன்னமும் வட இந்தியர்களுக்கு திராவிடர்கள் என்றால் மதராஸிகள்' என்று தான் உருவகம் கிடைக்கும்.

தென்னிந்திய நல உரிமைச் சங்கம் என்பது திராவிடர் கழகம் என்று மேலும் பொருத்தமாக உருமாறியது ஒரு திருப்பு முனை.

திராவிடர்கள் என்பதில் தமிழ், தெலுங்கு, மலையாளம், கன்னடம், துளு மொழியினர் அடங்குவர் என்பது மூன்றாம் வகுப்பு பாடப் புத்தகத்தில் இருந்து நமக்கும் கற்பிக்கப்பட்டு வருகிறது.

இந்த அத்தனை மொழியினரிடத்தும் தமிழகத்தில் இருக்கிற அதே அளவுக்கு திராவிட இன உணர்வு ஊறியிருக்கிறதா என்றால் சற்று ஏமாற்றமாகத்தான் இருக்கும்.

ஆனால் அதற்காக திராவிடம் என்பதே மாயை போலவும் உண்மையில் அப்படி ஏதும் இல்லை என்றும் சிலர் வாதிடுவதாக அறிகிறேன்.

திராவிடர்கள் என்று சொல்லப்படுகிற கர்நாடகாவில் தானே காவிரி தண்ணீர் தமிழகத்துக்கு தர மறுத்துக் கொண்டிருக்கிறார்கள்? அவர்கள்தானே தமிழர்களை அடித்துத் துரத்துகிறார்கள் என்றும் யோசிக்கலாம்.

நியாயம்தான்!

இங்கு மூவேந்தர்களாக ஆண்டு கொண்டிருந்த தமிழ் மன்னர்கள் மட்டும் அடித்துக் கொண்டு சாகவில்லையா? அதனால் அவர்கள் தனித்தனி தமிழினம் ஆகி விடுவார்களா?

தெலுங்கும், மலையாளமும், கன்னடமும் தமிழில் இருந்த பிரிந்து சென்றவைதாம் என்பதில் யாருக்கும் சந்தேகம் இல்லையல்லவா? அப்படியானால் இது திராவிடம் என்ற ஒரு இனம் என்பதில் மட்டும் எப்படி சந்தேகம் எழ முடியும்?

திராவிடம் என்கிற வார்த்தை காலப்போக்கில் - அரசியல் போக்கால் - மக்களிடம் சரியான வீரியத்தோடு போய் சேரவில்லை என்பதில் வேண்டுமானால் கொஞ்சம் நியாயமிருக்கிறது.

நான் 'திராவிடன்' என்ற படத்தில் நடித்துக்கொண்டிருந்த நேரம். (அந்தப் படம் திராவிட இனத்தை உயர்த்துவதற்காக வெளிவந்த படம் என்ற நினைத்துக் கொள்ள வேண்டாம்) சென்னையில் ஒரு சாலை ஓரத்திலே படப்பிடிப்பு, ஏகப்பட்ட கூட்டம் வேடிக்கைப் பார்த்து கொண்டிருக்கிறது.

ஒருவர் ஆட்டோகிராப் வாங்கிக் கொண்டே 'படத்தின் பெயர் என்ன?' என்றார், சொன்னேன்.

அவர் அடுத்து என்னைப் பார்த்துக் கேட்ட கேள்வி தூக்கி வாரிப் போட்டது. சுட்டெரித்து கொண்டிருந்த வெயிலையும் மீறி அது என் நெஞ்சில் ஒரு சூடு போட்டது. இன்று வரை அதை நினைக்கும் போதெல்லாம் அவர் ஏன் அப்படிக் கேட்டார் என்பதற்கு சமாதனாம் சொல்லிக் கொள்ள முடியவே இல்லை.

- அப்படி அவர் கேட்ட கேள்வி என்ன தெரியுமா?

"அட தெலுங்கு படமா?" திராவிடன் என்றால் தெலுங்குப் படம் என்று அவர் நினைத்திருக்கிறார் என்றால் அதை எப்படி எடுத்துக் கொள்வது?

அந்தப் பெயரில் ஒரு தெலுங்குப் படம் எடுக்கப்படக் கூடாதா என்ன?

எடுக்கலாம்... ஆனால் தெலுங்குப்படமாகத்தான் இருக்க முடியும் என்று அவரது கேள்வி உறுதியாக வெளிப்படுகிறதே அது எப்படி?

பெரியாரியன் சிந்தனையோடு இப்போது யோசித்துப் பார்க்கிறேன். இங்கே இருக்கிற கட்சிகளின் பெயரில் எல்லாம் திராவிடம் இருக்கிறது. மூன்றாம் வகுப்பு பாடப் புத்தகத்தில் இருந்து கற்பிக்கப்படுகிறது.

மொழியால் தமிழர்கள், இனத்தால் திராவிடர்கள், நாட்டால் இந்தியர்கள் போன்ற எந்த உணர்வு கயிற்றாலும் மனிதர்களை இணைக்க முடியாதபடி இங்கு மதமும், ஜாதியும் இருக்கின்றன என்றே நான் நினைக்கிறேன். நமக்கு நிறைய உணர்வு சிறைகள் உண்டு.

அதனால் தான் அய்யா அவர்கள் பகுத்தறிவு, மனித நேயம் போன்ற உலகளாவிய சிந்தனை யாளராகவும் - இன்னொருபுறம் இட ஒதுக்கீடு, கடவுள் மறுப்பு, ஜாதி ஒழிப்பு, தமிழர் உரிமை ஆகியவற்றிற்கு போராடுபவராகவும் இரண்டு வெவ்வேறு நிலைகளில் இருந்தார்.

அய்யா அவர்களின் பிள்ளையார் பொம்மை உடைப்புப் போராட்டத்திற்கும், அவருடைய சமதர்ம சிந்தனைக்கும் மேலோட்டமாகப் பார்த்தால் முடிச்சுப் போட முடிவதில்லை. ஆனால் கடவுள் மறுப்புக்கும், சமதர்மத்திற்கும் ஒரு தொடர்பு இருக்கத்தான் செய்கிறது.

அதே போலத்தான் பெரியாரின் திராவிடமும், அவர் இனங்களைக்கடந்தவர். மக்களும் அதனைக்கடக்கவேண்டும் என்று போராடியவர். இன ஒடுக்கு முறையை எதிர்ப்பதன் மூலம் அவர் சமதர்மத்தையும் பொது உடமையையும் அடையவே பாடுபட்டார்.

15

சுயம் இழந்தவர்கள்

யாரும் யாரையும் குற்றம்சாட்டுவதற்கு தயங்குகிறார்கள், அனைவருக்குள்ளும் குற்றஉணர்வு வதைத்துக் கொண்டிருக்கிறது.

எத்தனைப்பெரிய இழிவையும் கேவலத்தையும் தாங்கிக்கொள்கிற மனப்பக்குவத்தையும், சகிப்புத் தன்மையையும் இந்தக் குற்ற உணர்வு ஏற்படுத்தித் தந்துவிட்டது.

'நமக்கேன் வம்பு?" என்று விட்டு விலகிக் கொள்கிற போக்கு அனைத்துத் தரப்புகளிலும்,

அரசியலாகட்டும், கல்வித்துறையாகட்டும், மருத்துவ மாகட்டும், தொழில் நுட்பங்களாகட்டும், பக்தியாகட்டும், பொழுதுபோக்குச் சாதனங்களாகட்டும்... அனைத்திலும் ஒருவித போலித் தன்மையும், ஏமாற்றுப்போக்கும் இருப்பதை அனைவரும் அறிந்தே இருக்கின்றனர். இப்படி அறிந்து கொண்ட பலர் அதைத் தட்டிக் கேட்டு அடையும் பலனை விட தட்டிக்கொடுத்து சென்று அடையும் பலனில் குறியாக இருக்கின்றனர். 'அப்படியா ஏமாற்றினான்?" என்று ஆர்வம் பொங்க் கேட்டு... அதைப் பின் தொடர்கிறார்கள்.

நிறைய பேர் ஊழல் செய்வதில் லஞ்சம் வாங்குவதில் மிகுந்த ஆர்வம் காட்டுபவர்களாக இருககிறார்கள். அவர்களின் தயவுக்காகக் காத்திருக்கும் பெரும்திரளான மக்களோ எப்படியேனும் காரியம் சாதித்துக் கொள்ளும் மனநிலையில்,

இந்த ஊழல் சங்கிலித் தொடர் கடைசியாக - கணவன் மனைவிக்குள்ளோ அல்லது நண்பர்களுக்குள்ளோ வந்த முடிகிறது. ஒருவருக்கொருவர் நாணயமற்று நடந்து கொள்கிறார்கள். எல்லோரிடத்திலும் ஒரு மானசீகமுகம் மறைந்து கிடக்கிறது.

இந்தப் போலித்தன்மை மோசமான விஷயங்களுக்கு மவுசு ஏற்படுத்தித் தருகிறது. பொறுப்புணர்ச்சி அற்றவர்களை நம்பத்தன்மை வாய்ந்தவர்களாகவும் காட்டுகிறது. 'சாதீய தன்மை

கொண்ட நம்நாட்டில் இது மேலும் மோசமான விளைவுகளை ஏற்படுத்தியிருக்கிறது. பதவிகளில் சாதீய பேதங்கள்.

ஆடம்பரமான கட்டடங்களும் ஆடைகளும், கம்ப்யூட்டர் சாதனங்களும் கலந்த ஒரு நாகரிக இழிவுத்தனம் மேலும் அவலட்சணத்தை ஏற்படுத்தியிருக்கிறது. குஷ்டரோகிக்கு லிப்ஸ்டிக் போட்டுவிட்டது மாதிரி.

இது விவசாய நாடு. ஆனால் விவசாயக் கருவிகளில் புதுமைகள் தோன்றியதே இல்லை. அதே இரும்புக் கம்பிகளைச் கொண்டு நிலத்தைக் கீறி உழவு செய்யும் முறைதான்.

நீரிரைக்கும் மோட்டார்கள், உழவு செய்யும் ட்ராக்டர்கள் போன்றவை பிற நாடுகளில் இருந்து நாம் பெற்றவை.

காலமெல்லாம் விவசாயம் செய்யும் மனித இனத்திற்கு அதில் நுட்பங்களை வளர்ப்பதில் ஆர்வம் அற்றுப்போனது ஏன் என்பது புதிர். அதே விவசாயக் குடும்பத்தில் பிறந்து வளர்ந்து படித்துப் பட்டம் பெற்றவனுக்கும் ஏதாவது காற்றாடிக்குக் கீழே அமர்ந்து வேலை பார்க்கிற சுகம் போதையாகிப் போகிறது.

பிறந்த மண்ணின் தன்மையை உணரக்கூடிய சக்தியோ, அதை நேசிக்கும் திறனையோ நாம் கற்கிற கல்வி நமக்குத் தரவில்லை. காரணம் கல்வியும் இரவலாகப் பெற்றதுதான்.

தமிழர்கள் கலர் சாயங்களைப் பூசிக்கொண்டு ஹோலி பண்டிகை கொண்டாடுகின்றனர். அரசு தீபாவளிக்கு போனஸ் கொடுக்கிறது. நமது கொண்டாட்டத்தை நாமே தேர்ந்தெடுக்கிற தகுதியும் குறைந்து விட்டது.

எதிலும் தமிழருக்கான சுயம் இல்லை.

தமிழில் பேசினால் கேவலம் என்கிறார்கள். தமிழில் படிப்பது பயன்படாது என்று நம்புகிறார்கள்.

தம் 18 வயது மனைவியைப் பார்த்து ‘உன்னைக் கட்டிக் கொண்டு என்ன சுகத்தைக் கண்டேன்’ என்று கூறத் துவங்கி சாகிற வரையில் சொல்லிக் கொண்டிருக்கிறான். அதே போல அவளும் பொருத்தமில்லாமல் பிணையப்பட்ட கைதியாக...

பாலியல் தெளிவு இல்லாமல் வக்கிரங்கள் “தொன்மையும் கலைச் செல்வங்களையும் கொண்ட ஒரு நாடு இப்படி இரண்டு ஆயிரம் ஆண்டுகளாகத் தேங்கிய குட்டையானது எப்போது?”

கார்ல் மார்க்ஸ் கேட்ட கேள்வி இது.

பக்கம் பக்கமாக பதில் தந்திருப்பவர் தந்தை பெரியார்.

எண்பதுகளின் கடைசியில் இருவரில் யார் சிறந்தவர் என்று பலரும்

தீவிரமாக விவாதித்தார்கள். நியாயமற்ற இந்த விவரம் இரண்டு மகத்தான மனிதர்களை கொச்சைப் படுத்துவதில் முடிந்தது.

வர்க்க உணர்வை முதிர விடாமல் வர்ண சிந்தனை முட்டுக்கடையாக இருப்பதை உணர்ந்தால இந்த விவாதத்திற்கு வேலை இல்லை.

கல்வியில், மொழியில், இன உணர்வில், நாகரீகத்தில், உணவுப் பழக்கத்தில், விஞ்ஞானத் தேடலில், ஆட்சி முறையில், பாலியலில், தனிமனித ஒழுக்கத்தில், தொழில் வளர்ச்சியில், விவசாயத்தில் என்று சகலத்திலும் ஏற்பட்டிருக்கும் தரச் சரிவுக்கு என்னகாரணம் என்று நான் சிந்தித்ததையெல்லாம் என் மனதிற்கு பட்டவரை இந்த வாக்குமூலம் தொடரில் சொல்லியிருக்கிறேன்.

எழுதத் துவங்கியதும் என் நண்பர்கள், திரைத் துறையினர் பலர் இந்தத் தொடரைப் பாராட்டினர்.

திராவிடர் கழகத் தோழர்கள் நேரிலும் கடிதம் மூலமும் ஊக்கமளித்தனர். ஆசிரியர் வீரமணி அவர்கள் தொலைபேசியில் பாராட்டியதை ஏற்கனவே சொல்லியிருந்தேன்.

இயக்குநர் திரு. அமிர்தம் அவர்கள் புதல்வியின் திருமணத்திற்குச் சென்றிருந்தபோது கலைஞர் அவர்கள் என்னை ஆரத்தழுவி பாராட்டும் உற்சாகமும் தந்தார்.

பாராட்டி ஊக்குவித்த அத்தனைப் பெரு மக்களுக்கும் நன்றி கூறி முடித்துக் கொள்கிறேன்.

முற்றும்